आपल्या स्नेहीजनांना पुस्तके भेट द्या

स्थलांतर

उमेश कदम

AF653172

मेहता पब्लिशिंग हाऊस

© +91 020-24476924 / 24460313 / Mob. No. 9545000513
Email : production@mehtapublishinghouse.com
Website : www.mehtapublishinghouse.com

STHALANTAR by UMESH KADAM

स्थलांतर : उमेश कदम / कादंबरी

Email : author@mehtapublishinghouse.com

प्रकाशक : सुनील अनिल मेहता, मेहता पब्लिशिंग हाऊस,
१९४१, सदाशिव पेठ, माडीवाले कॉलनी, पुणे – ४११०३०.

मुद्रक : ट्रिनिटी ॲकॅडमी फॉर कॉर्पोरेट ट्रेनिंग लिमिटेड

मुखपृष्ठ : चंद्रमोहन कुलकर्णी

प्रथमावृत्ती : जानेवारी, २०२२

किंमत : ₹ २१०

P Book ISBN 9789392482137
E Book ISBN 9789392482281
E Books available on : amazonkindle Apple Books Google Play Books

सुप्रसिद्ध लेखक आणि शल्यविशारद
डॉ. सदानंद बोरसे आणि साहित्यप्रेमी वाचक
श्री. शिरीष शेवाळकर
या मित्रद्वयीस स्नेहपूर्वक

'स्थलांतर' विषयी...

युद्धे, हिंसाचार, उपासमारी, नैसर्गिक आपत्ती अशा विविध कारणांमुळे मोठ्या प्रमाणावर लोक प्राचीन कालापासून स्थलांतर करत आलेले आहेत. अलीकडील काळातील स्थलांतर करणाऱ्यांची संख्या २८ कोटींपेक्षा अधिक आहे. काही जण कायदेशीर मार्गाने नोकरीच्या शोधात एका देशातून दुसऱ्या देशात जातात, तर बहुतांशी बेकायदेशीर मार्गाने दुसऱ्या देशात प्रवेश करून तेथे आश्रयाची याचना करतात. कित्येक देश मानवतावादी दृष्टिकोनातून त्यांना आश्रय देऊ करतात, तर काही आश्रय नाकारून त्यांना परत त्यांच्या देशाला पाठवतात. हिंसाचार किंवा राजकीय छळ या कारणास्तव जेव्हा लोक आपला जीव वाचवण्यासाठी दुसऱ्या देशात आश्रयासाठी जातात तेव्हा त्यांना 'निर्वासित' हा दर्जा देऊन आंतरराष्ट्रीय कायद्याने बऱ्याच प्रमाणात संरक्षण दिलेले आहे. त्यांना जबरदस्तीने त्यांच्या देशांना परत पाठवता येत नाही. अलीकडील काळात सिरीया, इराक, अफगाणिस्तान, सोमालिया अशा देशांमधून जे लोक युरोपकडे आश्रयासाठी जातात, ते या प्रकारात मोडतात. परंतु अन्य कारणास्तव स्थलांतर करणाऱ्यांना आंतरराष्ट्रीय कायद्याचे फारसे संरक्षण मिळत नाही. जेव्हा वैध मार्गाने स्थलांतर करणे शक्य नसते, तेव्हा लोक धोकादायक अवैध मार्गांचा अवलंब करतात.

आज आफ्रिकेतून खूप मोठ्या प्रमाणावर लोक युरोपकडे जाण्याचा प्रयत्न करतात. त्यासाठी त्यांना भूमध्य समुद्रातून अत्यंत धोकादायक प्रवास करून युरोपच्या किनाऱ्यावर पोहोचता येते. या व्यवसायात काही तस्कर गुंतलेले असून ते मोडकळीला आलेल्या जुनाट बोटींमधून त्यांच्या क्षमतेपेक्षा कितीतरी पटीने अधिक लोकांना बसवून युरोपला पाठवण्याच्या काळ्या व्यवसायात गुंतलेले आहेत. फक्त आफ्रिकेतून २०१४ आणि २०१५ या दोन वर्षांमध्ये जवळजवळ ३२०००० लोकांनी भूमध्य समुद्रातून युरोपकडे स्थलांतर केले. हा प्रवास अत्यंत धोकादायक

असला, तरी हे लोक तिकडे जाण्यासाठी आतुरलेले असतात. त्यांच्यामते त्यांच्या स्वतःच्या देशात हिंसाचार किंवा उपासमारीने मरण पत्करण्यापेक्षा जीव धोक्यात घालून युरोपकडे स्थलांतर करण्याचा प्रयत्न तरी करावा. काहींना तिकडे आश्रय मिळतो, तर कित्येकांना माघारी पाठवले जाते. त्याचबरोबर कित्येक त्या धोकादायक प्रवासात आपला जीव देखील गमावतात. गेल्या पाच वर्षांमध्ये १५००० पेक्षा अधिक स्थलांतरितांनी भूमध्य समुद्रात आपला जीव गमावलेला आहे.

स्थलांतरितांच्या समस्यांवर उपाययोजना करण्यासाठी जगाच्या वेगवेगळ्या भागात काही मानवतावादी संघटना कार्यरत आहेत. मी २००८ ते २०१८ या दहा वर्षांच्या कालावधीतच आफ्रिकेच्या काही देशांमध्ये आंतरराष्ट्रीय रेड क्रॉस या मानवतावादी संस्थेसाठी काम केले. त्यावेळी स्थलांतरितांच्या काही समस्या मला हाताळाव्या लागल्या. त्यावेळी तसेच अन्य मानवतावादी संघटनांमधील सहकाऱ्यांकडून कित्येक स्थलांतरितांच्या हृदयद्रावक आणि नाट्यमय घटना समजत होत्या. प्रस्तुतची कादंबरी काल्पनिक असली, तरी तिला वास्तवाचा आधार आहे. कादंबरीत चित्रित केलेले प्रसंग आणि घटना स्थलांतरितांच्या आयुष्यात पदोपदी घडत असतात. अशा घटना आणि कल्पनाविलास यांचा संयोग साधून या कादंबरीचे कथानक गुंफलेले आहे. माझ्या अन्य कादंबऱ्याप्रमाणे ही कादंबरी लिहिण्याचा उद्देश मराठी वाचकाच्या ज्ञानात थोडीफार भर घालावी आणि त्याचबरोबर त्याचे मनोरंजन करावे हा आहे. तो सफल झाला आहे की नाही हे फक्त वाचकांनीच ठरवायचे आहे.

– उमेश कदम

१

ॲमस्टरडॅमच्या स्किफोल विमानतळावरून सकाळी ९ वाजून २५ मिनिटांनी सुटलेली फ्लाइट केएल १२५३ फ्रान्सच्या दक्षिणेकडील भूमध्य समुद्राच्या काठावरील नीसच्या 'कोत दाझुर' विमानतळावर अपेक्षेप्रमाणे साडेअकराला पोचली. सुदानची राजधानी खार्तूमहून नैरोबी आणि ॲमस्टरडॅममार्गे तेथे पोचण्यासाठी केलेल्या जवळजवळ पंधरा तासांच्या प्रवासाने, तोदेखील रात्रीतून, मी थोडासा थकलो होतो. शिवाय नीसहून पुढे गाडीने इटलीच्या हद्दीतील, ५५ किलोमीटरवरील सॅन रेमोला जायला अजून एक तास लागणार होता. अर्थात प्रशिक्षणाच्या कार्यक्रमाचे संयोजक विमानतळावर मला घेण्यासाठी आपला प्रतिनिधी व गाडी पाठवणार होते, त्यामुळे मी निर्धास्त होतो. कस्टम-इमिग्रेशनचे सोपस्कार पार पाडायला फारसा वेळ लागला नाही. मी माझी सुटकेस घेऊन आगमन कक्षात येऊन संस्थेचा प्रतिनिधी दिसतो का हे पाहू लागलो. विमानतळ छोटासाच होता. फारशी गर्दी देखील नव्हती. त्यामुळे आगमनकक्षात आल्यावर एका बाजूला हातात एक लहान फलक घेऊन उभ्या असलेल्या चाळिशीच्या एका बाईकडे माझं लक्ष गेलं. तिच्या हातातील फलकावर माझं व इतर दोन नावं होती. मी तिच्याजवळ जाऊन माझी ओळख सांगितल्यावर ती स्मितहास्य करत म्हणाली,

"वेलकम, मिस्टर कदम. तुमचा प्रवास ठीक झाला? मी मॉली कॅसेसे, तुम्हाला सॅन रेमोला घेऊन जाण्यासाठी आले आहे."

"थँक्स मॉली, माझा प्रवास चांगला झाला. तीनही फ्लाइट्स वेळेवर सुटल्या. अर्थात प्रवास मोठा होता."

"हो, पण याच फ्लाइटने व्हिएतनामवरून येणाऱ्या हाऊ अंगोक अंगुयेन हिचा प्रवास तुमच्यापेक्षा खूपच मोठा होता. ती आज पहाटे स्किफोलला हनोईवरून सिंगापूरमार्गे पोचून हीच फ्लाइट घेणार होती."

“असं? बरं, अजून कोण येतंय या फ्लाइटनी?” मी विचारलं.

“या फ्लाइटनी नाही, एअरफ्रान्सनी माड्रिडहून दिएगो साल्मेरॉन येणार आहेत. ते स्पेनच्या विदेश मंत्रालयात काम करतात. त्यांची फ्लाइट नुकतीच पोचली आहे. ते देखील बाहेर येतील इतक्यात. तोपर्यंत तुम्ही बसत का नाही? ते दोघं आले की आपण लगेच निघू,” असं म्हणून तिने आगमन कक्षातील खुर्च्यांच्या रांगेकडे बोट दाखवलं.

“ठीक आहे, ते आलेले मला दिसतीलच. बसतो थोडा वेळ,” असं म्हणून मी खुर्च्यांच्या रांगेकडे गेलो व बसलो.

सॅन रेमो येथील आंतरराष्ट्रीय मानवतावादी कायदा संस्था १९७०पासून या विषयाशी निगडित विविध अभ्यासक्रम, प्रशिक्षण, चर्चासत्रे अशा कार्यक्रमांचं आयोजन करत असते, हे मला गेली कित्येक वर्षे ठाऊक होतं. या संस्थेच्या अशा कार्यक्रमांमध्ये मी पूर्वी कधीच सहभागी झालेलो नव्हतो; पण ज्या आंतरराष्ट्रीय रेड क्रॉस समितीमध्ये मी काम करत होतो, त्यांनी अलीकडे ‘स्वयंविकास’ नावाची एक योजना अंमलात आणली. त्या योजनेंतर्गत एखाद्यास स्वतःचा विकास साधण्यासाठी अल्प कालावधीचे काही अभ्यासक्रम हाती घ्यायचे असतील तर त्यासाठी आमच्या संस्थेने आर्थिक साहाय्य द्यायचं ठरवलं, हे समजल्यावर मी सॅन रेमोच्या आंतरराष्ट्रीय मानवतावादी कायदा संस्थेने १५ ते २८ ऑक्टोबर, २०१७ दरम्यान आयोजित केलेल्या ‘आंतरराष्ट्रीय स्थलांतर कायदा’ या विषयातील दोन आठवड्यांचा अभ्यासक्रम करायचं ठरवलं. रेड क्रॉसमध्ये मी मानवतावादी कायद्याच्या क्षेत्रात कायदा सल्लागार म्हणून काम करत होतो. गेल्या काही वर्षांत आंतरराष्ट्रीय पातळीवर स्थलांतरितांच्या समस्या मोठ्या प्रमाणावर चर्चिल्या जात होत्या. त्याचं कारण अलीकडील दहा-पंधरा वर्षांत आफ्रिका आणि मध्य-पूर्वेतून युद्ध, हिंसाचार, बेरोजगारी आणि अराजक यांना कंटाळून मोठ्या प्रमाणावर युरोपकडे जाणाऱ्या स्थलांतरितांच्या संख्येत लक्षणीय वाढ झाली होती. मोडकळीस आलेल्या लहान बोटींमधून उत्तर आफ्रिका आणि मध्य-पूर्वेच्या किनाऱ्यांवरून चोरट्या मार्गे भूमध्य समुद्र ओलांडून युरोपकडे जाताना होणाऱ्या अपघातांमध्ये अनेकांना जीव गमवावा लागत होता. तरी देखील त्यांचा तिकडे जाण्याचा ओघ थांबला नव्हता. २०१७ या फक्त एका वर्षादरम्यान एक लाख बहात्तर हजारांपेक्षा अधिक लोक युरोपमध्ये आसऱ्यासाठी पोचले. स्थलांतर आणि मानवी तस्करी यांच्यामुळे अनेक नव्या समस्या उद्‌भवल्या. या पार्श्वभूमीवर आंतरराष्ट्रीय कायद्याचे अनेक मुद्दे उपस्थित होत होते. त्यामुळे तो अभ्यासक्रम करायला मी खूप उत्सुक होतो.

मॉलीकडे व्हिएतनामी वाटणारी तिशीची एक तरुणी गेली. ती हाऊ अंगोक अंगुयेनच असणार यात शंका नव्हती. तिच्याशी एक मिनिट बोलल्यावर मॉलीने

माझ्याकडे अंगुलीनिर्देश करून तिला काहीतरी सांगितलं. त्यावर ती आपली सुटकेस घेऊन मी बसलेल्या ठिकाणी आली. मी तिला म्हणालो,

"तू हाऊ अंगोक अंगुयेन ना?"

"हो, आणि तुम्ही मिस्टर कदम, बरोबर?"

"हो, बैस. खूप मोठा प्रवास करून थकली असशील."

"हो ना. आधी हनोईवरून सिंगापूर, आणि तिथून ॲमस्टरडॅम व नंतर इथे. मला घर सोडून दोन दिवस झाले असतील."

"नक्कीच. तू कोठे काम करतेस?"

"मी व्हिएतनामच्या समाजकल्याण खात्यात स्थलांतरित सहाय्यक अधिकारी आहे."

"असं? छान. मी आंतरराष्ट्रीय रेड क्रॉसमध्ये कायदा सल्लागार आहे. सुदानहून आलोय."

आम्ही दोघे दहा-पंधरा मिनिटं बोलत बसलो. आमचं मॉलीकडे लक्षच नव्हतं. इतक्यात तीच आमच्याकडे आली. तिच्याबरोबर चाळिशीचा एक गृहस्थ होता. ती तिच्या बरोबरच्या गृहस्थाला उद्देशून म्हणाली,

"हे मिस्टर कदम आणि ही हाऊ अंगोक अंगुयेन," आणि आम्हाला म्हणाली, "हे आहेत दिएगो साल्मेरॉन. चला, आपण आता निघू."

आम्ही दिएगोशी हस्तांदोलन केलं. आम्ही तिघे बोलत बोलत मॉलीच्या मागोमाग कारपार्ककडे निघालो. ती एका मोठ्या व्हॅनजवळ थांबली. आत बसलेला साठीचा जाडाजुडा इटालियन ड्रायव्हर बाहेर आला. आमच्याकडे पाहून तो हसऱ्या चेहऱ्याने म्हणाला,

"बेनव्हेन्तुओ सिग्नोरा ए जेंटीलुओमिनी."

त्याने 'वेलकम लेडिज ॲन्ड जंटलमेन' असं इटालियनमध्ये म्हटलं एवढं मला समजलं. मी त्याला म्हणालो,

"ग्राझी, सिग्नोर." माझं इटालियन इतक्यापुरतंच मर्यादित होतं.

आम्ही व्हॅनमध्ये बसलो. दिएगो आणि मी एकमेकांशेजारी तर मॉली आणि हाऊ अंगोक जवळजवळ बसल्या. मी दिएगोशी गप्पा मारू लागलो. गाडी गावाबाहेर आल्यानंतर पूर्वेकडे निघाली. रस्ता डोंगरांमधून गेलेला. डाव्या बाजूला शेती आणि हिरवळ, तर उजव्या बाजूला गडद निळा भूमध्य समुद्र. त्या साऱ्या परिसराला 'रिव्हिएरा' म्हणतात व तो प्रदेश अतिशय नयनमनोहर आहे हे मला ठाऊक होतं. मी तो पहिल्यांदाच पाहत होतो. रिव्हिएरावर युरोप-अमेरिकेमधील अतिधनाढ्य लोकांचे सुटीवर येऊन राहण्यासाठी बांधलेले प्रशस्त व्हिला आणि बंगले होते. काही ठिकाणी गाडी खूप उंचावरून जात होती. त्यावेळी दऱ्याखोऱ्यांतील खेडी आणि

समुद्रकिनाऱ्यावरील वस्त्या दुरून दिसत होत्या. डोंगर चुनखडीचे असल्याने मध्येच त्यांचे कडे आणि सुळके करडे आणि पांढुरके झालेले. डाव्या बाजूला बऱ्याच ठिकाणी ऑलिव्हची शेती दिसत होती.

दिएगो खूप गप्पिष्ट होता. मध्यम उंचीच्या, किंचित स्थूल दिएगोला अर्धवट टक्कल पडलेलं. त्याच्या गोल चेहऱ्यावर गोल काचांचा चष्मा शोभून दिसत होता. दिएगो गेली चौदा वर्षं स्पेनच्या विदेश सेवेत होता. त्याने दक्षिण अमेरिका आणि आफ्रिकेत बरीच वर्षं काम केलेलं. फक्त दोन महिन्यांपूर्वी त्याची छाद या मध्य आफ्रिकेतील देशातील स्पेनच्या वकिलातीतून माद्रिडमधील विदेश मंत्रालयात नेमणूक झाली होती. छाद हा देश सुदानच्या शेजारी असल्यामुळे आम्हा दोघांना बोलण्यासाठी बरेच समान विषय मिळाले. आम्ही दोघे एकमेकांना कित्येक वर्षं ओळखत असल्याप्रमाणे आमच्या गप्पा रंगल्या. दिएगोने मला विचारलं,

"उमेश, तू नुकतीच साठी ओलांडली आहेस आणि पुढच्या वर्षी तू आंतरराष्ट्रीय रेड क्रॉसमधून निवृत्त होऊन भारतात परतणार, असं आत्ताच म्हणालास. असं असताना तू या प्रशिक्षणाच्या कार्यक्रमास का आला आहेस? उद्या तू संस्थेत गेल्यावर पाहशील, या कार्यक्रमाला आलेले बहुतेक सारे तिशी किंवा चाळिशीचे असतात. दोन वर्षांपूर्वी माझ्या एका सहकाऱ्याने त्या वर्षीच्या प्रशिक्षणात भाग घेतला होता. त्यानंच मला ही गोष्ट सांगितली."

"त्याचं कारण असं आहे दिएगो, मी रेड क्रॉसमध्ये काम करायला सुरू करण्यापूर्वी अठरा वर्षं आंतरराष्ट्रीय कायद्याचा प्राध्यापक होतो. आता निवृत्तीनंतर थोडंफार अध्यापन करायचा विचार आहे. अलीकडे भारतातील कायदा विद्यापीठांमधील विद्यार्थ्यांना आंतरराष्ट्रीय कायद्याच्या नवनवीन शाखांमध्ये खूप रस आहे असं मला समजलं. माझ्या मते आंतरराष्ट्रीय स्थलांतर कायद्यामध्येदेखील त्यांना रस वाटेल. हा विषय मी काही ठिकाणी शिकवू इच्छितो. त्यासाठी हे प्रशिक्षण उपयोगी पडेल."

"नक्कीच." दिएगो म्हणाला.

गाडी सॅन रेमोला पोचली होती. हे छोटंसं टुमदार शहर समुद्रकिनाऱ्यावर होतं. आमची राहायची सोय हॉटेल इव्हलिन पोर्टोसोलमध्ये केली होती. ते आंतरराष्ट्रीय मानवतावादी कायदा संस्थेच्या जवळ होतं. संस्था एका छोट्या टेकडीवरील 'व्हिला ऑर्मोंड' या ऐतिहासिक इमारतीत होती. 'रिनेसान्स' पद्धतीने बांधलेली ती प्रशस्त इमारत ज्यांच्या नावे नोबेल पारितोषिके दिली जातात त्या आल्फ्रेड नोबेल यांनी मायकेल ऑर्मोंड या इटालियन उद्योगपतीकडून १८९१मध्ये विकत घेतली. अधूनमधून आल्फ्रेड नोबेल यांचं वास्तव्य तिथे असायचं. त्यांचा मृत्यू त्याच ठिकाणी १८९६ मध्ये झालेला. दुसऱ्या दिवशी सकाळी तिकडे गेल्यावर त्या सुरेख इमारतीचं दर्शन झालं. तिच्या भोवती संपूर्ण टेकडीवर उत्कृष्ट आखणी केलेली हिरवळ आणि अनेक

प्रकारच्या रंगीबेरंगी फुलांचे वाफे असलेला सुंदर बगीचा होता. व्हिया ऑरेलिया या मुख्य रस्त्यापासून टेकडीवरील व्हिलामध्ये जाण्यासाठी बगिच्यातून वळणे असलेला छोटा रस्ता गेलेला.

आमचा प्रशिक्षणाचा कार्यक्रम सुरू झाला. संध्याकाळी मी व दिएगो समुद्रकिनाऱ्यावर फिरायला जाऊ लागलो. त्यालाही माझ्यासारखी पायी फिरायची आवड होती. फिरून झाल्यावर आम्ही मिळून वाइन किंवा बिअर घ्यायला आणि जेवायला देखील जाऊ लागलो. सॅन रेमोला गेल्यानंतर तिसऱ्या दिवशी आम्ही समुद्रकिनाऱ्यावर फिरत असताना मी दिएगोला म्हणालो,

''दिएगो, आपल्या प्रशिक्षकांनी सांगितलेल्या स्थलांतरितांच्या विविध समस्या ऐकून मला आश्चर्य वाटलं. त्यांच्या युरोपकडे येण्याच्या हव्यासापायी त्यांना किती संकटांना तोंड द्यावं लागतं!''

''खरं आहे ते. मी छादमध्ये असताना संयुक्त राष्ट्रसंघाच्या निर्वासित कार्यालयात काम करणाऱ्या मिसेस रेमा बुस्तानी यांचा व माझा चांगला परिचय झाला. त्या मूळच्या लेबेनॉनच्या. गेली अठरा वर्षं निर्वासित कार्यालयासाठी काम करत आहेत. त्यांच्याकडून बऱ्याच स्थलांतरितांच्या कहाण्या मला ऐकायला मिळाल्या. त्यांच्या मते प्रत्येक स्थलांतरिताच्या आयुष्यात अनेक उलाढाली झालेल्या असतात. प्रत्येकाची एक अनोखी कहाणी असते. त्यातील काही सुखांतिका असतात, तर काही शोकान्तिका. तुला जर रस असेल तर मी सेमिरा नावाच्या एका एरिट्रियन मुलीची कहाणी सांगतो. तिचं प्रकरण मिसेस बुस्तानींनी हाताळलं होतं. ऐकायची आहे तुला ती कहाणी?''

''नक्कीच.'' मला अशा काही सत्य घटनांमधून मराठीमध्ये काही कथा-कादंबऱ्या लिहायचे विषय मिळत. म्हणून मी त्याला ती कहाणी सांगण्यासाठी उद्युक्त केलं.

''ठीक आहे. ती कहाणी आज संपणार नाही; पण आपल्याला पुढील दहा-बारा दिवसांत जसा वेळ मिळेल तशी मी तुला सांगत जाईन.''

''ठीक आहे,'' मी म्हणालो. दिएगो सांगू लागला आणि मी ऐकू लागलो...

२

दुपारचे चार वाजले होते. सेमिरा नुकतीच तिची मैत्रीण राहेलकडून घरी परतली होती. तिचे कपडे बदलून झाले न झाले तोच दाराची कडी वाजली. तिला जरा आश्चर्य वाटलं. या वेळी कोणी अपेक्षित नव्हतं; पण तिने दार उघडलं. दारात दोन पोलीस उभे होते. एकाच्या हातात एक फाइल होती. दोघेही चाळिशीचे वाटत होते. दोघांच्या चेहऱ्यावर आपण कोणीतरी मोठे अधिकारी आहोत असे भाव होते. त्यांना पाहताच सेमिरा काहीशी बावरली; पण तिने चेहऱ्यावर तसे न दाखवायचा प्रयत्न केला. दोघेही तिला निर्लज्जपणे आपादमस्तक न्याहाळत होते. सेमिराच्या ते लक्षात आलं. त्यामुळे ती जरा संकोचली आणि तिने खांद्यावरून पांघरलेली 'नेतेला' शाल पुढे ओढून घेतली; पण त्यामुळे तिचं यौवन आणि सौंदर्य लपून राहू शकत नव्हतं. त्यांच्यापैकी हातात फाइल असलेला पोलीस तिला म्हणाला,

"या घरात सेमिरा किफले राहते?"

त्यावर सेमिरा चटकन म्हणाली,

"हो, मीच सेमिरा. काय काम होतं?"

"तुला २५ एप्रिलला राष्ट्रीय सेवेसाठी सरकारी भरती केंद्रावर दाखल व्हायचं आहे. ही तुझी नोटीस घे. या फॉर्मवर तुझ्या नावापुढे सही कर. म्हणजे तुला नोटीस मिळाली आहे, असं समजलं जाईल. नोटिशीत सांगितलेल्या दिवशी तू केंद्रावर दाखल झाली नाहीस तर काय होईल तुला ठाऊक आहे ना?"

सेमिरालाच काय, एरिट्रियातील पंधरा-सोळा वर्षं ओलांडलेल्या प्रत्येक मुला-मुलीला त्याचा परिणाम काय होऊ शकतो हे पुरेपूर ठाऊक होतं. त्यामुळे सेमिरा म्हणाली,

"हो, मला ठाऊक आहे."

त्यावर 'ठीक आहे' असे तो पोलीस म्हणाला. दोघेही तेथून निघाले. सेमिरा

स्तिमित होऊन काही वेळ हातात नोटिशीचा कागद तसाच धरून त्या दोन पाठमोऱ्या पोलिसांकडे पाहत दारातच उभी राहिली. त्यांच्यापैकी एकजण दुसऱ्याला काहीतरी म्हणाला आणि ते दोघे त्याच्या विनोदावर मनसोक्त हसले. सेमिराने विषण्ण मनाने दार लावून घेतलं. खिडकीजवळील खुर्चीवर ती बसली. तिची नजर छताकडे गेली. शून्य नजरेने ती छताकडे पाहत बसली. तिने नोटीस वाचली देखील नाही; कारण त्यात काय लिहिलं आहे हे तिला ठाऊक होतं. हा दिवस कधी ना कधी उजाडणार हे तिला पुरेपूर ठाऊक होतं. तसं पाहिलं तर कोणत्याही दिवशी तिला नोटीस मिळणार याची गेले सहा महिने अपेक्षा होती; कारण सहा महिन्यांपूर्वीच तिच्या वयाला अठरा वर्षं पूर्ण झाली होती. त्या दिवसापासून जवळजवळ दहा महिन्यांच्या आत कोणत्याही दिवशी तिला राष्ट्रीय सेवेसाठी बोलावलं जाणार हे अटळ होतं. 'राष्ट्रीय सेवा' म्हणजे सैन्यातील सक्तीची भरती. सरकार देशातील सर्व तरुण-तरुणींना सैन्यात भरती करून राबवून घ्यायचे आणि त्यासाठी नाममात्र मोबदला द्यायचे. सीमेवर तैनात केलं नाही तर इतर सरकारी कामांसाठी त्यांना राबवून घेतलं जायचं. त्याचा अनुभव असलेल्यांकडून त्यांच्या छळाच्या कहाण्या ऐकून इतरांच्या मनात धडकी भरायची. अठरा वर्षं पुरी होत आलेल्या तरुण-तरुणींनी त्याचा धसका घेतलेला. राष्ट्रीय सेवा करायला टाळाटाळ केली तर तुरुंगवास व्हायचा.

त्या क्षणी सेमिराला आईची प्रकर्षाने आठवण आली आणि तिचे डोळे पाणावले. आईला जाऊन जेमतेम दोन आठवडे झालेले. तिला महिन्यापूर्वी सरकारी दवाखान्यात ठेवल्यापासून सेमिरा हवालदिल झाली होती. आरोनचा काही पत्ताच नव्हता. त्यानं एक वर्षापूर्वी घर आणि देश सोडून जाताना सांगितलं होतं की जरा स्थिरस्थावर झालो की संपर्क साधतो. आईशिवाय तिला दुसऱ्या कोणाचा आधार नव्हता. परवा डॉक्टर जेव्हा म्हणाले की 'क्षयरोग झालाय, त्याच्यावरची औषधं सध्या उपलब्ध नाहीत,' त्यावेळी तिच्या हातापायातील त्राण गळाले. आई गेली तर ती एकाकी पडणार होती. वडील दोन वर्षांपूर्वी वारलेले. ते अस्मारा नगरपालिकेत ड्रायव्हर होते. अचानक हृदयविकाराचा झटका आला आणि त्यातच निवर्तले. वडिलांची पेन्शन तोटकी होती, त्यामुळे सेमिराने एका इटालियन रेस्टॉरंटमध्ये कुकची नोकरी करायला सुरू केले. तिला जेवण बनवण्याची खूप आवड होती.

दोन आठवडे हॉस्पिटलमध्ये राहिल्यावर आईची प्राणज्योत मालवली. शेजाऱ्या-पाजाऱ्यांच्या मदतीने तिने अंत्यविधी केले. जवळचे कोणी नातेवाईकही नव्हते. एक मामा होता; पण तो इथिओपियात राहत होता. पूर्वी एरिट्रिया इथिओपियाचा भाग असताना त्याने तिकडे नोकरी धरलेली; पण १९९१मध्ये देशाची फाळणी झाल्यावर तो तिकडेच राहिला. तो १९९८पर्यंत वर्षातून एकदा आईला भेटायला यायचा; पण

१९९८ ते २०००पर्यंत एरिट्रिया आणि इथिओपिया यांचं युद्ध झाल्यानंतर सीमा सीलबंद केली गेली, तेव्हापासून त्याच्याशी संपर्क सुटला होता. आई गेलेली त्याला ठाऊकही नव्हतं. आईला हॉस्पिटलमध्ये ठेवल्यावर तिची देखभाल करण्यासाठी सेमिरा ज्या 'पॅराडिसो' या इटालियन रेस्टॉरंटमध्ये काम करत होती, त्याच्या मालकाने सुटी द्यायचं नाकारलं. त्यामुळे तिने नोकरी सोडून दिली. आई बरी झाल्यावर दुसरी नोकरी शोधायची, असं तिने ठरवलं होतं; पण आई गेली आणि सेमिराचा सारा उत्साह मावळला.

त्या दिवशी पोलीस निघून गेल्यावर सेमिराला पुन्हा एकदा दावितने तिला दिलेल्या सल्ल्याची आठवण झाली. दावित हा अल्माझ या तिच्या मैत्रिणीची थोरली बहीण सोसिना हिचा नवरा. तो सार्वजनिक बांधकाम विभागात नोकरीला होता. एकदा सेमिरा अल्माझकडे गेली असताना दावित आणि सोसिना तिथे भेटली. सेमिरा त्या सर्वांना चांगलं ओळखत होती. त्यावेळी दावित म्हणाला,

"ज्यांना शक्य होईल त्यांनी आपला देश सोडून जावं. काय ठेवलं आहे आपल्या देशात? अन्याय, बेरोजगारी, हुकूमशाही सरकार, मुस्कटदाबी, सक्तीची राष्ट्रीय सेवा, ती नाही केली तर तुरुंगवास, महागाई, उपासमार, रोगराई...ही यादीच संपत नाही. एखाद्या देशात जे काही नसायला पाहिजे तेच आपल्याला इथे सहन करावं लागतं. हल्ली बोटींनी लिबियामार्गे युरोपला घेऊन जाणारे लोक आहेत. एकदा युरोपमध्ये पाय ठेवला की मानवतावादी दृष्टिकोनातून आश्रय देतात. तिकडे लहानसहान नोकऱ्या सहज मिळतात; कारण तिकडच्या लोकांना हलकीसलकी कामं करायला आवडत नाही. तिकडे मिळणाऱ्या पगारात आपण आरामात राहून घरी पैसे पाठवू शकतो. जुलमी राजवटीमुळे देश सोडला असं म्हटलं तर निर्वासित दर्जादेखील मिळतो. तसं झालं तर नोकरी मिळेपर्यंत निर्वाह भत्ता आणि राहायला आसरा मिळतो. माझा चुलत भाऊ आता न्यू यॉर्कमध्ये टॅक्सी चालवतो. मोठ्या घरात एखाद्या साहेबासारखा राहतो. माझं लग्न झालं नसतं तर कदाचित मी देखील तसा प्रयत्न केला असता..."

त्यावेळी सेमिराने दावितच्या म्हणण्याकडे लक्ष दिलं नव्हतं; कारण तेव्हा तिच्यावर आईची जबाबदारी होती. आता ती एकटी असल्याने पुन्हा त्या विषयाने डोकं वर काढलं. 'माझं आता या देशात कोण राहिलं आहे? इथे खितपत पडण्यापेक्षा दावित म्हणतो तसा प्रयत्न करून पाहायला काय हरकत आहे? नाहीतर एखाद्या रेस्टॉरंटमध्ये काम करत बसायचंच नशिबी असेल. पुढे-मागे लग्न होऊन इथेच अडकून पडण्यापेक्षा आता पाश नसतानाच असा काहीतरी धाडसी निर्णय घ्यायला हवा. एकदा वेळ गेली की पुन्हा ते कदाचित शक्य होणार नाही; पण चोरट्या मार्गाने देश सोडून जाताना पकडली गेले तर? तर मग दहा वर्षं

तुरुंगवास होतो म्हणे. आणि इथल्या तुरुंगातील वातावरण म्हणजे नरकवास परवडला असं म्हणतात! कायमचं स्थलांतर करायचा धोका पत्करायचा की आहे तसे दिवस ढकलत राहायचे?'

एरिट्रिया हा ईशान्य आफ्रिकेच्या किनाऱ्यावरील छोटासा देश. त्याच्या पूर्वेस लाल समुद्र आणि जिबूती हा छोटा देश, दक्षिणेस इथिओपिया आणि पश्चिमेस सुदान असे देश आणि समुद्र होता. एकोणिसाव्या शतकाच्या अखेरीस जेव्हा युरोपियन महासत्तांनी आफ्रिका काबीज करून तेथील नैसर्गिक संपत्ती लाटण्यासाठी आपल्या वसाहती स्थापन करायचे ठरवले त्यावेळी सर्वानुमते ईशान्य आफ्रिकेचा काही भाग इटलीला मिळावा असे ठरले. त्यावेळी तेथे राज्य करत असलेले सुलतान असंघटित होते. त्यांच्यापैकी काहींनी आपला भूप्रदेश इटालियन कंपनीला विकला. पुढे वसाहत स्थापण्यात आली. इटालियन प्रशासनाने अस्मारा या पूर्वीच्या लहान गावाचं रूपांतर एका सुरेख शहरात करून तेथे राजधानी स्थापली. त्यावेळी शेजारील इथिओपिया देखील इटलीच्या वाटणीला आला होता; पण जेव्हा १८८५मध्ये इटालियन सैन्य इथिओपिया काबीज करायला गेले तेव्हा तेथील सम्राट मिनिलिक याने त्यांचा पाडाव करून आपल्या साम्राज्याचे संरक्षण केले. एका आफ्रिकी सम्राटाने आपल्या बलाढ्य सैन्याचा पाडाव करावा हा अपमान सहन न झालेल्या इटलीने १९३६मध्ये पुन्हा इथिओपिया बळकावायचा प्रयत्न केला. या वेळेस त्यांनी इथिओपिया आपल्या ताब्यात घेतला व एरिट्रिया आणि इथिओपिया व इटलीच्या ताब्यातील सोमाली भूप्रदेशाचा काही भाग यांचा 'इटालियन पूर्व आफ्रिका' असा प्रशासकीय प्रदेश निर्माण केल्याची घोषणा केली. पुढे १९४१मध्ये ब्रिटिशांनी सैनिकी कारवाई करून इथिओपिया व एरिट्रियातून इटलीला माघार घ्यायला भाग पाडले. यथावकाश एरिट्रिया आणि इथिओपिया यांचा एक देश झाला. त्यांची संस्कृती एकसारखीच होती, भाषेत साधर्म्य होते आणि लोक एकाच वंशाचे होते. बरेच एरिट्रियन इथिओपियात सामील व्हायला राजी नव्हते. त्यांच्या मते इथिओपियाचे सम्राट हैले सिलासी यांनी बळाच्या जोरावर एरिट्रिया इथिओपियात सामील करून घेतला आहे. पुढे १९७६मध्ये सम्राटांची हत्या करून मेंगिस्तु हा हुकूमशहा सत्तेवर आला. त्याला हटवून लोकशाही प्रस्थापित करण्यासाठी लढा पुकारला गेला. तो १९९१मध्ये यशस्वी झाला. त्याच वेळी एरिट्रियाने स्वातंत्र्याची मागणी केली. जनमत चाचणीनंतर देश स्वतंत्र झाला. मेंगिस्तुविरोधी लढ्याचा एरिट्रियन नेता इसायास आफ्वेर्की एरिट्रियाचा अध्यक्ष झाला. त्याने देशात लोकशाहीची स्थापना करण्याऐवजी आपली हुकूमशाही राजवट प्रस्थापित केली. विरोधकांना तुरुंगात टाकून किंवा ठार मारून आपली सत्ता बळकट केली. जनतेची मुस्कटदाबी सुरू केली. त्यामुळे आंतरराष्ट्रीय समुदायाने देशावर बहिष्कार टाकला. देश एकाकी

पडला आणि जनतेच्या हालअपेष्टा पराकोटीला गेल्या. औद्योगिक प्रगती, शिक्षण व्यवस्था, आरोग्य सेवा, पायाभूत सुविधा यांच्यापासून जनता वंचित राहिली. त्यामुळे ओघाओघाने बेरोजगारी, रोगराई आणि महागाई वाढू लागली. त्यामुळे जनता होरपळून जाऊ लागली; पण सातत्याने आपली सत्ता टिकवून असलेला हुकूमशाही अध्यक्ष आफ्वेर्कीला त्याची फिकीर नव्हती. त्याने राष्ट्रीय सेवा जेव्हा सक्तीची केली, त्यावेळी ती फक्त अठरा महिन्यांसाठी होती; पण नंतर ती बेमुदत वाढविण्यात येईल, असे जाहीर केले. काही लोक चाळीस-पन्नास वर्षांचे होईपर्यंत राष्ट्रीय सेवेत जखडून पडले. राष्ट्रीय सेवेतील लोकांना जुजबी भत्ता दिला जायचा. तो त्यांचा आणि त्यांच्या कुटुंबीयांचा खर्च भागवण्यास अत्यंत तोकडा असायचा.

देशातील अराजकाला कंटाळून अनेक तरुण-तरुणी परदेशी जाऊ इच्छित होते; पण त्यांना देश सोडून जाण्यास बंदी होती. त्यांना पासपोर्ट दिले जात नव्हते, त्यामुळे बरेच तरुण-तरुणी बेकायदेशीररीत्या शेजारच्या देशांमध्ये व तेथून अन्यत्र जायचा प्रयत्न करू लागले. देशातील राजकीय अराजकामुळे संयुक्त राष्ट्रसंघाच्या निर्वासित उच्चायुक्तालयाने त्यांना निर्वासित दर्जा देऊन मदत करायला सुरुवात केली. तसेच एरिट्रियाचे शेजारील देश सुदान आणि इथिओपिया यांनी त्यांना आश्रय द्यायचे ठरवले.

सेमिराने अल्माझमार्फत दावितला निरोप पाठवला व आपल्याला भेटायचं आहे असं कळवलं. दोन दिवसांनी अल्माझच्या घरी भेटायचं ठरलं. ठरल्याप्रमाणे दावित तिला भेटायला आला. सेमिरा त्याला म्हणाली,

"दावित, तू मागे देश सोडून जाण्याबद्दल जे म्हणत होतास त्यावर मी खूप विचार केला. आईची जबाबदारी होती, ती देखील आता संपली. मला राष्ट्रीय सेवेची नोटीस आली आहे. इथून बाहेर पडायचा काय मार्ग आहे?"

"सांगतो. मार्ग खडतर आहे. त्यात धोकादेखील आहे; पण तो पत्करून देशाबाहेर जायचा प्रयत्न करायला हरकत नाही. शिवाय तू एकटी आहेस. आता तुझ्यावर जबाबदारी देखील नाही. तुला आधी सुदानमध्ये जायला हवं. तिथे एरिट्रियन लोकांना आश्रय मिळतो आणि लहानसहान नोकऱ्या मिळतात. आपले खूप लोक सुदानची राजधानी खार्तूममध्ये राहतात. तुला तिथे जाऊन तीन-चार वर्षं नोकरी करून दीड-दोन हजार डॉलर्स साठवावे लागतील. सुदानमधून लिबियामार्गे युरोपला घेऊन जाणारे, म्हणजे मानवी तस्करी करणारे दलाल आहेत. त्यासाठी ते जवळजवळ दीड हजार डॉलर्स घेतात. अर्थात सारा मामला बेकायदेशीर आहे, हे तुला ठाऊक आहेच. कायदेशीर मार्गाने सुदान किंवा युरोपला जाणे तर सोडच, तू एरिट्रियाची सरहद्ददेखील पार करू शकणार नाहीस!"

"त्याची मला कल्पना आहे; पण मी खार्तूममध्ये नोकरी कशी शोधणार?"

''खार्तूममध्ये आपले जे लोक आहेत, ते तिथे नव्याने आलेल्या एरिट्रियन लोकांना मदत करतात. माझी चुलत बहीण योहाना तिओद्रोस गेली तीन वर्षं खार्तूममध्ये राहते आहे. तिचा फोन नंबर तुला देतो. ती तुला मदत करेल. ती देखील तुझ्याप्रमाणेच युरोपला जायचा प्रयत्न करणार आहे.''

''पण सुदानपर्यंत मी कशी जाऊ शकते?''

''सुदानला इकडून जाणारे केरूमार्गे पश्चिमेला जाऊन सीमा पार करतात. तो भाग डोंगराळ आणि खडकाळ आहे. पोलिसांना संपूर्ण सीमेवर गस्त घालणं अशक्य असल्याने सीमा पार करणं फारसं अवघड नाही. फक्त खूप चालायला मात्र लागतं. माझ्या माहितीचा एक माणूस आहे. तो सीमा पार करण्यासाठी थोडेफार पैसे घेऊन मदत करतो. त्याचं नाव सॉलोमन. तो रात्री जीपने लहान गटांना सीमेच्या अगदी जवळ घेऊन जातो. नंतर मात्र पंधरा-वीस किलोमीटर चालून सुदानच्या कसाला या गावी जावं लागतं. तेथे निर्वासितांच्या मदतीसाठी काही सेवाभावी संस्थांनी निवारे केले आहेत. ते खायला-प्यायलादेखील देतात. नंतर संयुक्त राष्ट्रसंघाचं निर्वासित कार्यालय निर्वासितांना खार्तूमला घेऊन जातात. तू फक्त इथलं ओळखपत्र तुझ्याजवळ ठेव. एकदा सीमा पार केली, की पुढे काही अडचण येत नाही. तू म्हणत असशील तर तुझी आणि सॉलोमनची गाठ घालून देतो.''

''ठीक आहे. मी आधी मनाची तयारी करते आणि तुला सांगते. मगच तू माझी आणि सॉलोमनची गाठ घालून दे.''

''हो; पण त्याला खूप गुप्ततेत भेटावं लागतं. त्याच्यावर कधी कधी पोलीस लक्ष ठेवून असतात; पण ते तू माझ्यावर सोपव. मी त्याला कधी आणि कोठे भेटायचं हे तुला सांगेन. तू फक्त तुझ्या मनाची तयारी झाली की मला सांग.''

३

खार्तूमचा विमानतळ शहराच्या जवळजवळ मध्यभागीच होता. त्याच्या पश्चिमेला, धावपट्टीला समांतर लांबलचक 'आफ्रिका अव्हेन्यू' हा प्रशस्त रस्ता शहराच्या उत्तर भागातून दक्षिणेकडे जायचा. त्या रस्त्यावर नेहमी वर्दळ असे. त्याच्यावर इजिप्शियन 'जाद', तुर्की 'टॉपकापी', पाश्चात्त्य 'स्पेक्ट्रा', सिरियन 'लाझुर्द', सुदानी-अरेबियन 'अम्वाझ' आणि इटालियन 'डेबोनेयर' अशा एकापेक्षा एक उत्कृष्ट रेस्टॉरंट्सची रांग लागलेली. त्यांच्यापैकी बऱ्याचशा रेस्टॉरंट्समध्ये एरिट्रियन आणि इथिओपियन तरुणी वेट्रेसेसचे किंवा कुकचे काम करत. सुदानी मुस्लीम तरुणी अशी कामे करायला नाखूष असत; कारण त्यांच्या सनातनी संस्कृतीस ती मान्य नव्हती. एरिट्रियामध्ये जवळजवळ निम्मी लोकसंख्या मुस्लीम आणि निम्मी ख्रिस्ती होती. तेथे तिग्रिन्या आणि अरबी भाषा बोलत. बऱ्याच तरुणी इंग्रजी देखील बोलत. त्यामुळे त्यांना रेस्टॉरंट्समध्ये चटकन नोकऱ्या मिळत. त्यांचे व्यक्तिमत्त्व देखील आकर्षक असे. 'हबेशा' या समान वंशाचे एरिट्रियन आणि इथिओपियन लोक दिसायला खूप देखणे. मुलींचे मोठे डोळे, सरळ नाजूक नाक, निमुळता हसरा चेहरा, गव्हाळ वर्ण आणि दाट लांब केस यामुळे त्या मुळातच सुंदर दिसत. अशिक्षित एरिट्रियन तरुणी आणि बायका श्रीमंत सुदानी कुटुंबात घरकाम करायच्या. त्यामुळेच सुदानी सरकार त्यांना आपल्या देशात येऊ द्यायचे आणि राहायची परवानगी द्यायचे.

योहानास सुदानला गेल्यानंतर लगेचच 'टॉपकापी' या तुर्की रेस्टॉरंटमध्ये नोकरी मिळाली होती. त्याला इस्तंबूलमधील पंधराव्या शतकात बांधलेल्या राजवाड्याचे नाव दिले होते आणि एखाद्या राजवाड्यासारख्या बाहेरच्या भिंती केल्या होत्या. योहानाच्या कामाची वेळ सकाळी अकरा ते दुपारी दोन आणि संध्याकाळी सहा ते रात्री साडेदहा अशी होती. निहाल आदिवार हा 'टॉपकापी'चा मॅनेजर होता. तो

रेस्टॉरंटच्या मालकाचा मित्र होता. त्या दिवशी दुपारी दोन वाजता सकाळचे काम संपल्यावर योहाना निहालकडे गेली.

''सर, अलीकडेच अस्माराहून माझ्या माहितीची एक मुलगी खार्तूममध्ये आली आहे. ती नोकरीच्या शोधात आहे. तिने अस्मारामध्ये एका इटालियन रेस्टॉरंटमध्ये दोन वर्षं काम केलं आहे. ती उत्तम पास्ता आणि पिझ्झा बनवते. तिला आपल्याकडे नोकरी मिळायची काही शक्यता आहे?''

निहाल योहानाच्या कामावर खूश होता. त्याला ठाऊक होतं की एरिट्रियन मुली खूप कामसू असतात. त्यांना नोकरीची गरज असते, त्यामुळे त्यांची खूप कष्ट करायची तयारी असते. तो थोडा विचार करून म्हणाला,

''सध्या इथे तर कोणाची गरज नाही हे तुला ठाऊक आहेच; पण आपल्या 'बुरी'शाखेतील एक कुक अलीकडेच काम सोडून गेला आहे. तिकडे काहीतरी करता येण्यासारखं आहे. काय नाव तुझ्या मैत्रिणीचं? आणि किती वर्षांची आहे?'' खार्तूमच्या अल् रियाध भागातील 'बुरी' येथे 'टॉपकापी'ची एक शाखा होती. 'टॉपकापी' मुख्यत्वेकरून तुर्की भोजनासाठी प्रसिद्ध होते; पण त्यांच्या मेन्यूत काही पास्ता आणि पिझ्झाचे प्रकार देखील होते.

''सेमिरा किफले. ती अठरा वर्षांची आहे. तिला अम्हारिक, तिग्रिन्या आणि अरबी भाषा येतात. आणि हो, ती उत्तम इंग्रजी आणि थोडीफार इटालियन देखील बोलते.'' सेमिराला 'पॅराडिसो'मधील एका वयस्कर कुकने पास्ता आणि पिझ्झा करायला शिकवले होते. तशीच थोडीफार इटालियन भाषा देखील शिकवली होती. तो कुक इटालियन राजवटीत एका इटालियन कुककडून ते पदार्थ करायला शिकला होता.

''असं? तिला उद्या भेटायला घेऊन ये. बरी वाटली तर तिला तिकडे कामासाठी ठेवून घेऊ. नंतर तिला इकडे घेऊ.''

''ठीक आहे, सर. ती माझ्याबरोबरच राहतेय. उद्या सकाळी तिला घेऊन येते.''

सेमिरा १२ मार्च, २०१० या दिवशी दावितच्या सल्ल्यानुसार सॉलोमनच्या मदतीने चोरट्या मार्गाने एरिट्रियातून सुदानमध्ये गेली. त्यापूर्वी तिने घरातील सामान जी किंमत येईल त्यास विकलं. घर सरकारीच होतं. दोन रात्री दहा-दहा किलोमीटर चालून, दमूनभागून ती कसालाला पोचली. पोचल्यावर येथील मदत केंद्रात दोन दिवस तिला पडून राहावं लागलं. नंतर चार दिवसांनी तिला संयुक्त राष्ट्रसंघाच्या निर्वासित कार्यालयाने खार्तूमकडे पाठवलं. त्यांनी तिची नावनोंदणी करून तिला तात्पुरतं ओळखपत्र दिलं होतं. खार्तूमच्या अल् दियुम भागात बरेच एरिट्रियन राहायचे. त्याच भागात सुदानच्या सरकारने नव्याने खार्तूममध्ये आलेल्या एरिट्रियन निर्वासितांसाठी मोठी घरं घेऊन निवारे केले होते. सेमिरा तेथे दोन दिवस राहिल्यावर

तिने योहानाचा शोध लावला. खार्तूममधील सारे एरिट्रियन दर रविवारी अमारात भागातील स्ट्रीट क्रमांक ३५वरील ऑर्थोडॉक्स चर्चला जात. त्यामुळे कोण कोठे राहतो आणि काम करतो याची एकमेकांना माहिती असे. योहाना अल् दियुमजवळ अल् झोऊर भागात राहते असे सेमिराला समजले. ती 'टॉपकापी'मध्ये काम करते आणि दुपारी घरी असते, हे देखील तिला एका मुलीने सांगितले. एके दुपारी सेमिरा तिला भेटायला गेली. योहाना व इतर दोन मुली एक छोटं घर भाड्याने घेऊन राहत होत्या. योहानाला सेमिरा भेटल्यावर खूप आनंद झाला. तिने तिला देखील आपल्या घरीच राहायला यायचा आग्रह केला. सेमिरा तिला म्हणाली, की मला नोकरी लागल्यावर मी देखील घरभाड्यासाठी पैसे देत जाईन. योहाना व तिच्या मैत्रिणी – एल्सा आणि म्याझा - त्यास कबूल झाल्या. एल्सा 'अल् हावी' या सुपरमार्केटमध्ये कामाला होती, तर म्याझा 'द रांच' या रेस्टॉरंटमध्ये वेट्रेसचे काम करत होती. त्या साऱ्या मिळून जेवण बनवायच्या आणि त्याचा खर्च वाटून घ्यायच्या. सुदानचे वैशिष्ट्य असे की तो देश महिलांसाठी अतिशय सुरक्षित होता. तरुण मुली रात्री-बेरात्री एकट्या बाहेर पडल्या तरी कोणी छेडछाड करणे तर दूरच राहिले, कोणी नजर वर करून त्यांच्याकडे पाहायला धजावत नसे!

सुदानमध्ये काम करणाऱ्या हुशार आणि थोडेफार शिक्षण झालेल्या निर्वासित तरुण-तरुणींचे ध्येय एकच होते. कालांतराने युरोपला स्थलांतर करायचे! संयुक्त राष्ट्रसंघाच्या निर्वासित कार्यालयास स्थलांतरितांना निर्वासित दर्जा देण्याचे अधिकार होते. जेव्हा एखाद्या व्यक्तीस वांशिक, धार्मिक, सामाजिक किंवा राजकीय कारणास्तव आपल्या देशात आपला छळ होईल अशी भीती वाटते आणि त्यामुळे ती देश सोडून दुसऱ्या देशात आसरा घेते, अशा व्यक्तीस निर्वासित दर्जा मिळू शकतो. निर्वासित कार्यालय अशा व्यक्तींना संरक्षण मिळण्यासाठी आणि त्यांच्या पुनर्वसनासाठी मदत करत असते. त्यांना आसरा घेतलेल्या देशाने किंवा एखाद्या तिसऱ्याच देशाने स्वीकारावे यासाठी प्रयत्न करते. निर्वासितांच्या देशातील परिस्थिती बदलली आणि पुढे छळ होण्याची शक्यता नसेल तर त्यांना तिकडे परत जाता येईल का, हे देखील आजमावते. हे सारे निर्वासितांच्या भल्यासाठी तयार करण्यात आलेल्या आंतरराष्ट्रीय करारांमध्ये नमूद करण्यात आलेले आहे. बरेच लोक युद्ध, हिंसाचार किंवा राजकीय छळ यांच्यापासून बचाव करण्यासाठी दुसऱ्या देशात आसरा घेतात. केवळ आपली आर्थिक परिस्थिती सुधारण्यासाठी किंवा नोकरी-व्यवसाय करण्यासाठी दुसऱ्या देशात जाणाऱ्या स्थलांतरितांना निर्वासित दर्जा मिळत नाही. एरिट्रियामधील राजकीय परिस्थिती आणि मानवी हक्कांचे उल्लंघन पाहता त्या देशातून स्थलांतर करणाऱ्यांना निर्वासित दर्जा दिला जात होता आणि निर्वासित कार्यालय त्यांना नोकरी मिळेपर्यंत आसरा आणि उदरनिर्वाह भत्ता देत होते. तसेच त्यांचे पुनर्वसन करण्यासाठी देखील

मदत करत होते. काही प्रगत देश आपण प्रत्येक वर्षी किती निर्वासित स्वीकारू शकतो, हे निर्वासित कार्यालयास कळवत असतात. त्याप्रमाणे त्यांच्यामार्फत निर्वासितांना त्या त्या देशांमध्ये पाठवले जाते. ते एकदा तिकडे गेले की त्यांना त्या देशाचे नागरिकत्व किंवा कायम रहिवासी दर्जा दिला जातो. बरेच देश मानवतावादी दृष्टिकोनातून निर्वासित स्वीकारतात; पण त्यात त्यांचाही फायदा होत असतो. त्यांना हलकीसलकी कामे करायला कामगार मिळतात.

सुदानमधील काही निर्वासित तरुण-तरुणींना निर्वासित कार्यालयामार्फत युरोप-अमेरिकेस पुनर्वसनासाठी पाठवलं जायचं; पण त्यासाठी जवळजवळ आठ-दहा वर्षं वाट पाहावी लागायची. शिवाय अशा रीतसर पुनर्वसनासाठी फक्त सुशिक्षित निर्वासितांना किंवा ज्यांच्याकडे काही ठरावीक कामे करण्याचा अनुभव आणि कौशल्य आहे, अशांना प्राधान्य दिलं जायचं. ज्यांना इतका कालावधी थांबायची इच्छा नसायची, ते बेकायदेशीर मार्गाने स्थलांतर करायचे.

सेमिराला 'टॉपकापी'मध्ये नोकरी मिळाली. सुरुवातीस 'बुरी' शाखेत तीन महिने काम केल्यानंतर निहालने तिची आफ्रिका अव्हेन्यूवरील शाखेत बदली केली. तिथून त्यांचं घरही फार दूर नव्हतं. सप्टेंबर २०१०मध्ये योहानाने हाशीम नावाच्या एका दलालाच्या मध्यस्थीने स्थलांतर करायची तयारी सुरू केली. अधूनमधून भेटून त्यांची त्याबाबत चर्चा होऊ लागली. हाशीमने तिला १२ ऑक्टोबरच्या रात्री लिबियाच्या सीमेकडे जायचं आहे, असं सांगितलं. हे ऐकल्यावर सेमिरा नाराज झाली. तिचं आणि योहानाचं खूप चांगलं जमायचं. त्यांची मैत्री झाली होती. आता ती जाणार या कल्पनेने सेमिरा कासावीस झाली. तिला स्वतःला पैसे साठवण्यासाठी अजून तीन वर्षं तरी सुदानमध्ये काम करत राहणं आवश्यक होतं. योहानाचा जायचा दिवस उजाडला. तिला फक्त एक छोटी बॅग घेऊन जायचं होतं. लिबियाच्या किनाऱ्यावरून लहान बोटीने इटलीच्या 'लाम्पेदुसा' या भूमध्य समुद्रातील बेटावर जायचं होतं. लिबियाच्या किनाऱ्यापासून त्याचं अंतर जवळजवळ तीनशे किलोमीटर होतं. तो प्रवास खूप खडतर आणि धोकादायक होता. बोटींमध्ये बऱ्याच वेळेस त्यांच्या क्षमतेपेक्षा अधिक लोक भरले जायचे. बोटी सुस्थितीत नसायच्या. समुद्र खवळला तर अशा बोटींच्या दुर्घटना होत. कित्येक स्थलांतर इच्छुक त्यात बळी पडायचे. स्थलांतरितांना अशा चोरट्यामार्गे युरोपला जाण्यातील धोके ठाऊक होते; पण तरीही ते असा धोका पत्करायला तयार होते; कारण त्यांना आपल्या देशात देखील मरणप्राय परिस्थितीचा मुकाबला करावा लागायचाच.

सेमिराने अश्रुपूर्ण डोळ्यांनी योहानाला निरोप दिला. तिला मिठी मारून ती म्हणाली,

"तिकडून मला पत्र पाठवत जा. गेल्यागेल्या सुखरूप पोचल्याबद्दल कळव.

जमल्यास फोन कर.''

''हो, सेमिरा. तुलादेखील इथून असंच जाता येईल. मी तुला हाशीमचा फोन नंबर देऊन ठेवते. आपण एकमेकींच्या संपर्कात राहू. कोण जाणे, आपण युरोपमध्ये भेटू! तू सांभाळून राहा. दिवस भरभर जातील आणि तुझीदेखील इच्छा पूर्ण होईल.''

४

'शेंगेन' हा सव्वीस युरोपीय देशांचा प्रदेश १९९५मध्ये अस्तित्वात आल्यानंतर त्या सर्व देशांमध्ये प्रवास करणं खूप सोपं झालं. त्यांच्यापैकी एका देशातून दुसऱ्या देशात जाण्यासाठी पासपोर्ट आणि व्हिसा लागत नाही की इमिग्रेशनचे सोपस्कार पार पाडावे लागत नाहीत. भूमध्य समुद्रामार्गे युरोपला स्थलांतर करणारे बहुतांशी लोक पहिल्यांदा इटलीच्या किनाऱ्याला पोचत. त्यांच्यापैकी कित्येक अन्य युरोपीय देशांकडे जात; पण इटलीच्या किनाऱ्याला पोचल्यावर सुरुवातीस स्थलांतरितांना आसरा देणे, त्यांना खायला-प्यायला देणे, जरूर भासल्यास वैद्यकीय मदत देणे यासाठी इटालियन सरकारचा खूप खर्च होऊ लागला. त्यामुळे ते हवालदिल झाले. त्यांचं म्हणणं होतं की हा भार साऱ्या युरोपीय देशांनी विभागून घ्यावा. याबाबत तसेच स्थलांतरितांचा ओघ थांबविण्यासाठी काय उपाययोजना करता येईल, याची चर्चा करण्यासाठी इटालियन सरकारने सर्व युरोपीय देशांची एक शिखर परिषद बोलवायचं ठरवलं. त्या परिषदेस संयुक्त राष्ट्रसंघाच्या आंतरराष्ट्रीय स्थलांतर संघटना आणि निर्वासित कार्यालय यांच्या प्रमुखांनादेखील आमंत्रित केलं. आंतरराष्ट्रीय स्थलांतर संघटना सर्व स्थलांतरितांना स्थानिक सरकारांच्या संमतीने मदत करायची; पण निर्वासित कार्यालय फक्त ज्या स्थलांतरितांना निर्वासित दर्जा मिळू शकतो, त्यांच्या मदतीसाठी काम करायचे.

'द कॉन्व्हिटो डेला काल्झा' या इटलीचे ऐतिहासिक शहर फ्लोरेन्समधील पियाझ्झा डेला काल्झा भागातील आंतरराष्ट्रीय परिषद केंद्राच्या परिसरात २० जानेवारी, २०११ या दिवशी कडक पोलीस बंदोबस्त होता. त्या दिवशी तिथे युरोपमधील वीस देशांचे राष्ट्रप्रमुख दोन दिवस चालणाऱ्या शिखर परिषदेसाठी बरोबर साडेनऊ वाजता येणार होते. त्यांच्या गाड्यांचा ताफा 'फोर सिझन्स हॉटेल फिरेंझ' येथून परिषद केंद्राकडे येणार होता. त्या जवळजवळ सहा किलोमीटर

मार्गावर देखील पावलापावलावर पोलीस बंदोबस्त होता. बरोबर ९.२५ वाजता इटलीचे पंतप्रधान सिल्व्हिओ बर्लुस्कोनी इतर राष्ट्रप्रमुखांचे स्वागत करण्यासाठी परिषद केंद्राच्या मुख्य प्रवेशद्वाराजवळ येऊन थांबले. त्यांच्या सोबत राजशिष्टाचार मंत्री, विदेश मंत्री आणि इतर उच्च अधिकारी होते. एकामागोमाग एक अशा राष्ट्रप्रमुखांच्या गाड्या तेथे पोहचू लागल्या. राजशिष्टाचारास अनुसरून पोर्चपासून आतील खोलीपर्यंत चालत येण्याच्या मार्गावर 'रेड कार्पेट' अंथरलं होतं. प्रत्येकाचे स्वागत केल्यानंतर त्यांना एका भव्य स्वागतकक्षात नेण्यात येत होतं. सर्वजण पोचल्यानंतर सर्वांना परिषद कक्षात नेण्यात आलं.

परिषदेचं औपचारिक उद्घाटन झाल्यानंतर सिल्व्हिओ बर्लुस्कोनी यांनी उपस्थितांना स्थलांतरितांच्या ओघामुळे इटलीच्या सरकारवर पडलेल्या भाराबद्दल आणि उद्भवलेल्या समस्यांबद्दल विस्तृत माहिती दिली. शेवटी ते म्हणाले,

"आमच्या समस्या केवळ आमच्या भौगोलिक स्थानामुळे उद्भवल्या आहेत. आफ्रिकेकडून येणाऱ्यांसाठी इटली हे युरोपचं प्रवेशद्वार आहे. इथूनच बहुतांशी स्थलांतरित युरोपच्या अन्य देशांकडे जातात. किती स्थलांतरितांना युरोपने स्वीकारावं याबाबत आपल्या सर्वांमध्ये एकमत व्हायला हवं. तसेच त्यांना आल्याआल्या पुरविल्या जाणाऱ्या सेवा आणि सुविधांसाठी आर्थिक तरतूद करणं आवश्यक आहे."

त्यानंतर स्थलांतरितांमुळे निर्माण झालेल्या परिस्थितीविषयी बरीच उलटसुलट चर्चा झाली. परिषदेच्या दुसऱ्या दिवशी काहीशी वादग्रस्त परिस्थिती निर्माण झाली. एका सत्रादरम्यान हंगेरीचे पंतप्रधान व्हिक्टोर ओर्बान यांनी स्थलांतराला विरोध दर्शवणारं लांबलचक भाषण केलं. ते काहीसे उजव्या राजकीय विचारसरणीचे होते. ते खूप उत्तेजित होऊन बोलत होते. शेवटी ते म्हणाले,

"आफ्रिकेतून येणाऱ्या स्थलांतरितांना मदत करणे ही आपली जबाबदारी नाही. त्यांना स्वीकारणं तर दूरच राहिलं, त्यांना पुन्हा त्यांच्यात्यांच्या देशांकडे पाठवण्यासाठी किंवा त्यांचा ओघ थांबवण्यासाठी काय करता येईल याच्यावर आपण अधिक भर दिला पाहिजे. आपल्याला काय कमी समस्या आहेत? आणि त्यात या अनावश्यक लोकांची भर! ते त्यांच्या देशांतील समस्यांना कंटाळून आपल्या देशात येऊ पाहतात. त्यांच्या समस्यांना आपण जबाबदार नाही. त्यांचा भार आम्ही का स्वीकारावा?"

त्या सत्राच्या अध्यक्षपदी युरोपीय महासंघाच्या कौन्सिलचे अध्यक्ष बेल्जियमचे काउंट व्हॅन रॉम्पय होते. पंतप्रधान ओर्बान यांचं भाषण झाल्यावर जर्मनीच्या राष्ट्रप्रमुख चॅन्सेलर अँगेला मेर्केल यांनी अध्यक्षांना आपण बोलू इच्छित आहोत, असं सांगितलं. त्यांना अध्यक्षांनी परवानगी दिली. जर्मन राजकारणात १९८९ मध्ये पदार्पण केलेल्या मेर्केल २००५पासून जर्मनीच्या राष्ट्रप्रमुख होत्या. साऱ्या युरोपच्या नेत्या अशी ख्याती असलेल्या मेर्केल यांनी आपल्या भाषणात स्थलांतरितांना

मानवतावादी दृष्टिकोनातून मदत करणे हे सर्व देशांचं नैतिक कर्तव्य आहे, असं ठाम प्रतिपादन केलं. आपल्या अर्थव्यवस्थेला स्थलांतरितांचा हातभार कसा लागतो हे त्यांनी खुलासेवारपणे आणि उदाहरणे देऊन विशद केलं. शेवटी त्या म्हणाल्या,

''आफ्रिकेतील अराजकाला काही अंशी पाश्चात्त्य देश जबाबदार आहेत याचा आज आपल्याला विसर पडलेला आहे. एकेकाळी युरोपीय देशांनी आफ्रिकी तरुण-तरुणींना गुलामगिरीत जखडलं, तेथे आपल्या वसाहती स्थापून तेथील नैसर्गिक संपत्तीचा अपहार केला आणि आफ्रिकी देश स्वतंत्र झाल्यानंतर राजकीय कारणास्तव हुकूमशहांना हाताशी धरलं. त्यामुळे तिथे अराजक माजेल नाहीतर काय होईल? तेथील असहनीय अत्याचार, रोगराई आणि उपासमार यांचा मुकाबला करता येत नाही म्हणून धोकादायक प्रवास करून काही लोक आपल्याकडे आसऱ्यासाठी याचना करायला आल्यावर तुम्ही त्यांना हाकलून देऊ इच्छिता? ही कसली माणुसकी? जर्मनी आपल्या दाराशी आलेल्या प्रत्येक असहाय स्थलांतरिताला मदत करण्यास वचनबद्ध आहे.''

अशा या दोन परस्परविरोधी मतप्रदर्शनानंतर इतर काही राष्ट्रप्रमुखांनी उलटसुलट मते मांडली. स्पेनचे पंतप्रधान होजे लुईस रॉड्रिग्वेझ झापाटेरो परस्पविरोधी मतांमध्ये मेळ घालण्याच्या उद्देशाने म्हणाले,

''प्रत्येक स्वतंत्र आणि सार्वभौम देशास आपल्या हद्दीत कोणाला स्वीकारायचं आणि कोणाला नाही हे ठरविण्याचा अधिकार आहे, हे कोणी नाकारू शकत नाही. त्याचबरोबर प्रत्येक देशाने आपल्या आंतरराष्ट्रीय संबंधांमध्ये मानवतावादी दृष्टिकोन ठेवला पाहिजे, हे देखील तितकंच खरं आहे. स्थलांतरितांच्या समस्यांकडे पाहताना या दोन तत्त्वांचा मेळ घालणं आवश्यक आहे.''

त्यानंतर आंतरराष्ट्रीय स्थलांतर संघटनेचे सरसंचालक विल्यम स्विंग म्हणाले,

''सर्व स्थलांतरित एकाच गटात मोडत नाहीत. त्यांच्यापैकी निर्वासितांना आंतरराष्ट्रीय कायद्याने पुरस्कृत केलेलं संरक्षण देणं भाग आहे. तसेच ज्यांची तस्करी केली आहे अशा स्थलांतरितांना मानवी तस्करी प्रतिबंधक कराराने काही संरक्षण देऊ केलं आहे. त्याचबरोबर अवैध मार्गाने आणि फसवणूक करून गैरव्यवहाराच्या उद्देशाने मानवी वाहतुकीस बळी पडलेल्यांना अशा वाहतुकीस प्रतिबंध करणाऱ्या करारान्वये काही संरक्षण देऊ केलं आहे. फक्त स्वतःची आर्थिक परिस्थिती सुधारण्यासाठी किंवा सुखासीन आयुष्य जगण्यासाठी जे लोक स्थलांतर करतात, त्यांना कसलंच संरक्षण मिळत नाही. त्यांना त्यांच्या देशात परत पाठवता येईल. त्यासाठी आमची संघटना त्यांना मदत करेल. त्यांचा जीव धोक्यात येईल असं काही त्यांच्या बाबतीत करता येत नाही. या सर्व बाबींचा विचार करून प्रत्येक देशाने आपल्या देशात येणाऱ्या स्थलांतरितांची वर्गवारी करून त्यांना कशी वागणूक

द्यायची हे ठरवलं पाहिजे.''

निर्वासित उच्चायुक्त अँटोनिओ गटरेस यांनीदेखील जे स्थलांतरित 'निर्वासित' या सदरात मोडतात त्यांना कायद्यात उद्धृत केलेलं संरक्षण मिळालं पाहिजे, या मुद्द्यावर भर दिला. परिषदेच्या शेवटी सर्वानुमते असं ठरलं की स्थलांतरितांची वर्गवारी करून त्यांच्यापैकी ज्यांना कायद्याने संरक्षण देऊ केलं आहे, त्यांना तसं संरक्षण देणं आवश्यक आहे; पण केवळ आर्थिक स्थलांतरितांना त्यांच्या देशास परत पाठवण्यात काहीही बेकायदेशीर नाही. तसेच, लोक स्थलांतर करणार नाहीत यासाठी त्यांच्याच देशात आणि त्यांच्या मार्गातील देशांमध्ये काय उपाययोजना करता येईल, यावर देखील बरीच चर्चा झाली. इटलीवर पडणारा भार इतर युरोपीय देशांनी सोसायचं मान्य केलं.

५

योहानाने स्थलांतर करून जवळजवळ सहा महिने झाले होते. त्या दिवशी सेमिरा नेहमीप्रमाणे सकाळी 'टॉपकापी'त काम करून दुपारी घरी गेली व संध्याकाळी पुन्हा तेथे पोचली. तिला पाहताच निहाल म्हणाला,

"सेमिरा, आज तू घरी गेल्यावर पोस्टमन आला होता. तुझ्या नावे एक पत्र आलं आहे. हे घे," असं म्हणून त्याने कपाटातून एक लिफाफा काढला व तो सेमिराला दिला. सेमिराला तो पाहून आश्चर्य वाटलं. 'आपल्याला कोणी बरं पत्र पाठवलं असेल,' असा विचार करत तिने ते निहालकडून घेतलं. तिने पाठवणाऱ्याचं नाव व पत्ता वाचला. ते पत्र योहानाने तिला पाठवलं होतं. ते समजल्यावर तिला आनंद झाला. तिने पटकन ते उघडलं व वाचायला घेतलं.

'प्रिय सेमिरा,

तू कशी आहेस? माझं इकडे उत्तम चाललं आहे. गेले कित्येक दिवस मी तुला पत्र पाठवायचं म्हणत होते; पण या ना त्या कारणाने ते राहून जात होतं; पण आज मी निर्धार केला की काही झालं तरी तुला पत्र पाठवायचंच! जवळजवळ सहा महिन्यांपूर्वी, १२ ऑक्टोबरला हाशीम मला लिबियाच्या सीमेकडे घेऊन गेला...'

हाशीमने त्याच्या नेहमीच्या पद्धतीप्रमाणे योहाना व तिच्या बरोबरील वीस लोकांना त्याच्या लिबियातील हस्तकाकडे सोपवलं. तो हस्तक, जमाल, त्यांना लिबियाच्या मिस्राता या समुद्रकिनाऱ्यावरील गावी घेऊन गेला. तेथून २५ ऑक्टोबरच्या रात्री ते वीस व इतर दीडशे लोकांना इटलीकडे घेऊन जाणारी बोट निघाली. ती इटलीच्या लिनोसा या बेटावर अठरा तासांनी पोचली. त्यांच्या अपेक्षेप्रमाणे इटालियन अधिकाऱ्यांनी त्यांना तात्पुरता आश्रय दिला. नंतर त्या

सर्वांना इटलीच्या दक्षिण किनाऱ्यावरील लिकाटा या ठिकाणी मोटरबोटींनी नेण्यात आलं. तेथे सर्व स्थलांतरितांची चौकशी करून त्यांच्यापैकी निर्वासित दर्जा असलेल्यांना वेगळं करण्यात आलं व जवळील निर्वासित छावणीकडे पाठवण्यात आलं. योहानाने एरिट्रियातील परिस्थितीमुळे देश सोडल्यामुळे आणि तिला सुदानमध्ये निर्वासित दर्जा होता, त्यामुळे तिची रवानगी निर्वासित छावणीकडे करण्यात आली. तिथे जाऊन दहा दिवस झाल्यानंतर एके सकाळी तिला छावणीप्रमुख मिसेस रिकी साल्व्हेनी यांनी भेटायला बोलावलं.

"योहाना, ये बैस. तू इकडे आल्यानंतर तुझी पार्श्वभूमी आम्हाला सांगितली आहेसच. आमच्या कार्यालयाला युरोपमधील काही व्यावसायिक गरज भासेल तेव्हा 'आम्ही निर्वासितांना नोकऱ्या देऊ' असं कळवतात. ती सारी माहिती व येथे पोचलेल्या निर्वासितांची माहिती आम्ही संगणकात भरतो. संगणकाकडून आम्हाला कोणकोणती ठिकाणं कामास योग्य आहेत, याची यादी येते. हे सारं तुला सांगायचं कारण असं आहे की पोर्तुगालमधील सिंत्रा या ठिकाणी एक इथिओपियन रेस्टॉरंट चालवणारे मिस्टर हायलू तेमासेगेन यांना इथिओपियन किंवा एरिट्रियन वेट्रेसेस हव्या आहेत. आम्ही त्यासाठी तुझी शिफारस केली. त्यांनी तुला नोकरी द्यायचं मान्य केलं आहे. तुला तिकडे जायचं आहे?"

"नक्कीच जाईन मी, मॅडम." योहाना काहीही विचार न करता म्हणाली.

"ठीक आहे, आता आपल्याला तुला तिकडे पाठवण्यासाठी आवश्यक असलेले सोपस्कार पार पाडायला हवेत. मला काही फॉर्म्सवर तुझ्या सह्या लागतील. सारी तयारी व्हायला दोन आठवडे लागतील. मी त्याची प्रक्रिया सुरू करते आणि ती पूर्ण झाली की तुला सांगते."

हे ऐकल्यावर योहानाला हायसं वाटलं. यथावकाश तीन आठवड्यांनंतर तिला रेल्वेने रोमला व रोमवरून विमानाने लिस्बनला पाठवण्यात आलं. लिस्बन विमानतळावर निर्वासित कार्यालयाचा प्रतिनिधी व मिस्टर हायलू तेमासेगेन आले होते. काही कागदपत्रांवर सह्या झाल्यानंतर योहानाला मिस्टर हायलू आणि त्यांच्या पत्नी हिरुत यांच्याकडे सोपवण्यात आलं. ते पन्नाशीचे पती-पत्नी प्रेमळ वाटत होते. योहानाला पाहताच हिरुत म्हणाल्या,

"चल योहाना, आपल्याला अजून एक तासाचा प्रवास आहे. आम्ही इथून चाळीस किलोमीटरवरील सिंत्रा या ठिकाणी राहतो. तिथेच आमचं रेस्टॉरंट आहे. त्याचं नाव 'लालिबेला'."

"अरे वा, छान नाव आहे," योहाना म्हणाली. लालिबेला हे इथिओपियातील खडकामध्ये कोरून तयार केलेल्या एका सुप्रसिद्ध ऑर्थोडॉक्स चर्चचं नाव होतं.

"तू आज आमच्या घरीच राहा. रेस्टॉरंटच्या वरच्या मजल्यावर राहायची

काही जागा आहे, तिथे तुझी आम्ही सोय केली आहे.'' हायलू म्हणाले. ते बोलतबोलत कार-पार्कजवळ पोचले. हायलूनी गाडीजवळ पोचल्यावर योहानाची बॅग डिकीत ठेवली. हायलूंच्या शेजारी हिरुत बसल्या. योहाना मागे बसली. गाडी विमानतळ सोडून शहराच्या दिशेने जाऊ लागली; पण शहरात जाण्यापूर्वीच हायलूनी ती एका हायवेवर वळवली.

''तुम्ही केव्हापासून इकडे आहात?'' योहानाने विचारलं.

''आम्ही दोघं इकडे १९८८मध्ये आलो. त्यावेळी इथिओपियात मेंगिस्तूविरोधात लढा चालू होता, हे तुला ठाऊक असेलच.''

''हो, मी काही इतिहास वाचला आहे. त्यावेळी माझा जन्म झाला नव्हता; पण हुकूमशहा मेंगिस्तुला १९९१मध्ये सत्ताभ्रष्ट केले गेले आणि त्याच वेळी एकसंघ इथिओपिया विभागून एरिट्रिया अस्तित्वात आला.''

''बरोबर. आम्ही दोघं त्या लढ्यात सामील झालो होतो. आम्ही दोघंही युवकांचे नेते होतो; पण मेंगिस्तूने जेव्हा आम्हा दोघांना पकडून ठार मारायचा अयशस्वी प्रयत्न केला तेव्हा आम्ही काही दिवसांसाठी देश सोडायचं ठरवलं. आम्ही सुदानमार्गे केनियाला गेलो. तिथे आम्हाला राजकीय आश्रय मिळाला. नंतर आम्ही पुन्हा इथिओपियाला जाऊ शकलो नाही. मेंगिस्तूने आम्हाला दिसता क्षणी गोळ्या घालायचे आदेश सर्व सैन्याला आणि पोलिसांना दिले होते. आम्ही दोघांनी नैरोबीतील निर्वासित कार्यालयाशी संपर्क साधला. त्यांच्या पुढाकाराने आमचं पोर्तुगालमध्ये पुनर्वसन करण्यात आलं. त्यावेळी आम्ही दोघंही अविवाहित होतो. इकडे आल्यावर लग्न केलं. तेव्हापासून इकडेच आहोत.''

''असं? पण तुम्ही लिस्बन या राजधानीच्या शहरात रेस्टॉरंट सुरू करण्याऐवजी तेथून दूर सिंत्रा इथे का सुरू केलं?'' योहानाने पोर्तुगालला जायचं आहे, हे समजल्यावर तेथील काही भौगोलिक माहिती मिळवून वाचली होती. हायलू म्हणाले,

''तुला हळूहळू कळेल. सिंत्रा हे इथलं एक प्रसिद्ध पर्यटनस्थळ आहे. ते एका उंच डोंगरावर आहे. लिस्बनला आलेले सारे प्रवासी सिंत्राला येतातच. ते शक्यतो रेल्वेने तिकडे जातात. फक्त चाळीस मिनिटांत सिंत्रात पोचतात. स्टेशनवरून पंधरा मिनिटांत चालत गावाच्या ऐतिहासिक भागात येतात. तिथे पॅलॅसिओ नासिओनाल द सिंत्रा, म्हणजे सिंत्राचा राष्ट्रीय राजवाडा आहे. तो पाहून तिथला 'कास्तेलो दोस मुरोस' हा अजून उंचावरचा किल्ला पाहायला जातात. नंतर पेना राजवाडा आणि इतर प्रेक्षणीय स्थळं पाहून संध्याकाळी लिस्बनला परततात; पण बहुतेक सारे दुपारी लंचसाठी गावाच्या ऐतिहासिक

भागात येतात. तिथे जगातील वेगवेगळ्या प्रकारचं भोजन उपलब्ध करून देणारी रेस्टॉरंट्स आहेत. सुरुवातीस आम्ही लिस्बनच्या अल्फामा या मध्यवर्ती भागातील रुआ दा प्राता या रस्त्यावर रेस्टॉरंट सुरू केलं होतं; पण जेव्हा आम्हाला सिंत्राविषयी समजलं, तेव्हा ते बंद करून तिकडे उघडलं. त्याला आता दहा वर्षं झाली. सुरुवातीला जागा मिळायला जरा अडचण आली. एक लेबनिज त्याचं रेस्टॉरंट बंद करून बैरुटला जाणार आहे, असं मला समजलं. मी पटकन त्याच्याशी संपर्क साधला आणि जागा विकत घेतली. सुरुवातीस आम्ही वरच्या मजल्यावर राहायचो; पण नंतर सिंत्रामध्येच घर केलं.''

''अरे वा! छान. आता घरी कोण कोण असतं?''

''आम्ही दोघंच. आमचा मुलगा देसालेन, लिस्बनमध्ये शिकतोय. त्याचा बिझिनेस मॅनेजमेन्टचा डिप्लोमा पुढच्या महिन्यात संपतोय. दर शुक्रवारी इकडे येतो आणि सोमवारी सकाळी लिस्बनला जातो.'' हिरुत म्हणाल्या.

''मी एरिट्रियाची असून तुम्ही मला कसं स्वीकारलं?''

त्यावर हिरुत म्हणाल्या,''अगं, राज्यकर्त्यांनी लोकांना विभागलं. आपण सारे समान वंशाचे आणि धर्माचे. सारे मूळचे हाबेशा आणि ऑर्थोडॉक्स ख्रिस्ती आहोत. आम्ही इथिओपिया आणि एरिट्रिया असा भेदभाव मानत नाही. तू मुळीच संकोचू नकोस. आता आपले देश, म्हणजे देशांचे राज्यकर्ते, एकमेकांचे कट्टर वैरी आहेत; पण पूर्वी आपला देश एकच होता ना?'' हिरुत म्हणाल्या.

'हिरुतनी असं सांगितल्यावर माझा जीव भांड्यात पडला. माझं काम व्यवस्थित सुरू झालं. हायलू आणि हिरुत, दोघंही खूप प्रेमळ आहेत. रेस्टॉरंटमध्ये अजून दोन वेट्रेसेस आहेत, त्यांच्यापैकी एक इथिओपियन व दुसरी सोमाली आहे. दोन्ही कुक इथिओपियन आहेत. सारे कर्मचारी निर्वासित म्हणून आलेले आहेत; पण मी आज तुला आश्चर्याचा एक सुखद धक्का देणार आहे. माझं लग्न ठरलं आहे! देसालेन इकडे येऊ लागल्यावर त्याची व माझी ओळख झाली. मी मोकळी असताना तो माझ्याशी गप्पा मारत बसू लागला. माझ्या पटकन लक्षात आलं, की मी त्याच्या मनात भरली आहे. माझा अंदाज खरा ठरला. त्याने ती गोष्ट आई-वडिलांना सांगितली. दोघंही खूश झाले. हिरुतनी मला जेव्हा लग्नाबद्दल विचारलं, तेव्हा मला नाही म्हणायचं काही कारणच नव्हतं! देसालेनदेखील त्याच्या आई-वडिलांप्रमाणे सुस्वभावी आहे, दिसायलासुद्धा देखणा आहे. आता मी वेट्रेसचं काम करत नाही. हायलू रेस्टॉरंटसाठी लागणाऱ्या वस्तू लिस्बनहून आणायचं काम पाहतात, तर मी रेस्टॉरंटचं सारं व्यवस्थापन माझ्याकडे घेतलं आहे. हायलू दुसऱ्या वेट्रेसच्या शोधात आहेत. देसालेन व मी ८ ऑगस्टला लिस्बन इथल्या ऑर्थोडॉक्स चर्चमध्ये विवाहबद्ध होणार आहोत.

देसालेनचा सिंत्रामध्ये आफ्रिकी डिझाइनच्या कपड्यांचं दुकान उघडायचा विचार आहे.

'सिंत्रा हे ठिकाण खूपच सुंदर आहे. इकडे रोज शेकडो पर्यटक का येतात हे मला इथे आल्यावर समजलं. उंच पर्वतावरून आजूबाजूचा परिसर फारच सुरेख दिसतो. शिवाय इथले राजवाडे आणि किल्ला पाहण्यासारखे आहेत. तू युरोपला स्थलांतर केल्यानंतर माझ्याकडे राहायला यायलाच हवंस. आपण नेहमी संपर्कात राहू.

'मी माझ्याविषयीच लिहीत राहिले आहे. तू कशी आहेस? तुझं कसं काय चाललं आहे? एल्सा आणि म्याझा कशा आहेत? अजूनही तू त्यांच्याबरोबच राहत आहेस ना? तू मला अधूनमधून पत्र पाठवून तुझी खुशाली कळवत जा. मी देखील तुला नियमितपणे पत्र पाठवत जाईन. कधीतरी फोनदेखील करेन. निहालला माझा नमस्कार कळव.

तुझी मैत्रीण,
योहाना.'

योहानाचं पत्र वाचल्यावर सेमिराला खूप आनंद झाला. तिने विचार केला, 'योहाना अल्पावधीतच नव्या ठिकाणी स्थिरस्थावर झाली आणि तिचं लग्न देखील ठरलं! खरंच, खूप नशीबवान आहे ती. माझं देखील असंच झालं तर किती छान होईल! नोकरी, राहायला जागा आणि एखादा समंजस साथीदार मिळाला की माझ्या साऱ्या विवंचना मिटतील. एक-दोन मुलं झाली की सुखाने युरोपमधील एखाद्या सुरक्षित ठिकाणी सुखाचा संसार करता येईल. मला खात्री आहे, मी देखील योहानाप्रमाणे चांगले दिवस पाहीन आणि माझ्या आयुष्याची घडी बसवेन.'

दिवसांमागून दिवस जात होते. सेमिराला सुदानमध्ये येऊन चार वर्षं झाली. स्थलांतर करण्यासाठी तिने पैशांची बचत करून ते साठवले होते. अजून चार-पाच महिन्यांनी, म्हणजे जून किंवा जुलै २०१४मध्ये आपण स्थलांतर करायचं, असं तिने ठरवलं होतं. त्यानुसार तिने माहिती काढायला सुरू केले. योहानाला लिबियामार्गे युरोपला घेऊन गेलेल्या हाशीमशी तिने संपर्क साधला. त्याच्याशी फोनवर बोलणं झालं. अल् अमारात भागातील 'आफ्रा मॉल'च्या फूडकोर्टमध्ये ते दोघे पुढच्या शुक्रवारी दुपारी तीन वाजता भेटणार होते. ठरल्याप्रमाणे सेमिरा तिथे गेली. भेटल्यावर त्यांनी एका स्टॉलमधून ज्यूस घेतला व त्यांचे ग्लास घेऊन एका बाजूच्या कोपऱ्यात जाऊन बसले. सेमिराला कधी एकदा त्याला स्थलांतराविषयी सांगू असं झालेलं. बसल्याबसल्या ती म्हणाली,

''हाशीम, माझी आता जायची तयारी जवळजवळ पूर्ण झाली आहे. तीन-चार

महिन्यांनी मी जाऊ शकते.''

''हे पहा सेमिरा, योहाना इथून गेली त्याला आता तीन वर्षं झाली. आता इथली परिस्थिती बदलली आहे. पूर्वी सुदानमधून लिबियाला जाणं सोपं होतं. आता सीमेवर कडक पहारा असतो. तू पकडली गेलीस किंवा तुला घेऊन जाताना मी पकडलो गेलो तर येथील भयावह तुरुंगात वर्षानुवर्षं खितपत पडावं लागेल. सरकारने खूप कठोर पावलं उचलली आहेत आणि नवे कायदे केले आहेत. मी आता तसली कामं करायचं बंद केलं आहे.''

हे ऐकल्यावर सेमिरा हवालदिल झाली. तिचा सारा भरवसा हाशीमवर होता. ज्यासाठी ती सुदानमध्ये आली, ते जर साध्य होणार नसेल तर आपण इथेच अडकून पडू अशी तिला भीती वाटली. ती रडकुंडीला आली.

''मग आता माझ्यासारखीनी काय करायचं?''

''काहीतरी मार्ग काढता येईल; पण त्याबद्दल मी अधिक चौकशी करतो आणि तुला सांगतो. आपण पुन्हा याच ठिकाणी पुढच्या शुक्रवारी भेटू.'' सुदानमध्ये शुक्रवारी सार्वजनिक सुटी असायची.

अपेक्षाभंग झालेली सेमिरा घरी परतली. हाशीमची भेट झाल्यापासून ती अस्वस्थ झाली होती. त्या रात्री तिला झोप लागली नाही. ती आतुरतेने पुढच्या शुक्रवारची वाट पाहू लागली.

सुदानचे विदेश मंत्री अली अहमद कार्ती अध्यक्ष ओमार अल् बशीर यांना भेटायला त्यांच्या कार्यालयात गेले. विदेश मंत्र्यांच्या विनंतीवरून भेट ठरली होती. त्यांची भेट झाल्यावर सुरुवातीचं औपचारिक बोलणं झाल्यानंतर अध्यक्ष म्हणाले,

''अली, आज काय काम काढलंत?''

''सांगतो, एक्सेलन्सी! काल हॉलंडचे राजदूत भेटायला आले होते. त्यांनी बऱ्याच युरोपीय देशांच्या वतीने एक प्रस्ताव मांडला आहे; पण तो गुप्त ठेवावा अशी विनंती केली आहे.''

''असं? कसला प्रस्ताव आहे?''

''काही युरोपीय देशांनी एक निधी उभारला आहे. युरोपकडे जाणाऱ्या स्थलांतरितांचा ओघ थांबविण्यासाठी तो वापरायचा आहे असं ते म्हणाले. त्या उपक्रमाचा एक भाग असा आहे, की स्थलांतर इच्छुकांना भूमध्य समुद्र ओलांडू द्यायचा नाही. अर्थात त्यासाठी युरोपीय देशांना आफ्रिकी सरकारांची मदत घ्यावी लागणार. म्हणून ते आपल्यासारख्या देशांनी ठोस उपाययोजना केली तर आपल्याला भरघोस आर्थिक मदत देऊ इच्छितात.''

''आपण नेमकं काय करायचं?''

''सुदानमधून लिबियाकडे जाणाऱ्या स्थलांतरितांना आपली सीमा ओलांडू

द्यायची नाही. आता आपण तिकडे जाणाऱ्यांकडे काणाडोळा करतो. त्यांना जायचं असेल तर जाऊ देतो. मानवी तस्करी करणाऱ्यांविरुद्ध कारवाई करत नाही. हे सारं थांबवावं लागेल. त्यासाठी सीमेवर गस्त घालण्यापासून मानवी तस्करी करणाऱ्यांना जबर शिक्षा होण्यासाठी नवे कायदे करावे लागतील.''

''पण यात आपला काय फायदा आहे?''

''आहे ना. ते आपल्याला जी आर्थिक मदत देऊ इच्छितात, ती सारी या उपक्रमासाठी वापरावी लागणार नाही. आपण आपल्या पोलीस दलाचे आधुनिकीकरण करू इच्छितो, या सबबीवर शस्त्रास्त्रं खरेदी करू शकतो आणि त्यांचा वापर दार्फुरी आणि दक्षिणेकडील फुटिरवाद्यांविरुद्ध करू शकतो.''

''असं? किती मदत देऊ असं म्हणतात?''

''सुरुवातीस जवळजवळ दहा कोटी डॉलर्स आणि आपण ठोस पाउलं उचलल्याचा परिणाम दिसू लागला तर पुढील पाच वर्षांत अजून दहा कोटी डॉलर्स देतील.''

''प्रस्ताव चांगला आहे, त्यांना होकार कळवू; पण त्यापूर्वी एकदा गृहमंत्री, संरक्षणमंत्री, पोलीस प्रमुख, 'निस'चे संचालक, तुम्ही व मी मिळून त्या प्रस्तावावर शिक्कामोर्तब करू.'' 'निस' म्हणजे 'नॅशनल इन्फर्मेशन अ‍ॅन्ड सिक्युरिटी सर्व्हिसेस' ही सुदानची साऱ्या देशात आणि प्रशासनात मोठा प्रभाव असलेली गुप्तहेर संघटना. महत्त्वाचे सर्व निर्णय घेताना तिच्या संचालकांच्या सहभागाशिवाय अध्यक्षांचे पान हलत नसे.

''ठीक आहे, एक्सेलन्सी. मी त्यांच्याबरोबर बैठक आयोजित करतो.''

जून १९८९मध्ये सैन्याचे जनरल ओमार अल् बशीर यांनी तत्कालीन अध्यक्ष सादिक अल् महदींना पदच्युत करून सत्ता बळकावली होती. त्यांनी संपूर्ण देशात शरियत कायदा जारी केला, स्वतंत्र वृत्तपत्रे बंद करून टाकली, विरोधी पक्षांवर बंदी घातली नि राजकीय विरोधकांना गजाआड केलं. सैन्याने साऱ्या देशावर आपला ताबा बळकट केला. ज्यावेळी सुदानमध्ये शेकडो वर्षांपूर्वी मध्य-पूर्वेतून अरबांनी स्थलांतर केलं, त्या वेळी पश्चिमेकडील दार्फुर भागात बऱ्याच सुलतानांची छोटी छोटी राज्यं होती. सुदानमधील सरकारवर अरबांचं वर्चस्व असल्याने उत्तरेकडे खूप प्रगती झाली. पायाभूत सुविधांपासून औद्योगिकरणाचे फायदे केवळ उत्तरेकडील अरबांना मिळत गेले. सरकारने अरब योद्ध्यांना दार्फुरमधील लोकांवर हल्ले करून त्यांच्या सुपीक जमिनी बळकवावयास प्रोत्साहन दिलं. त्यामुळे दार्फुरी जनता संघटित होऊन त्यांनी २००३मध्ये सरकारविरुद्ध सशस्त्र लढा पुकारला. दक्षिणेकडील दुर्लक्षित जनतेने १९९०पासून स्वतंत्र राष्ट्राची मागणी केली. सशस्त्र लढ्यानंतर २०११मध्ये त्यांना स्वातंत्र्य मिळालं व 'दक्षिण सुदान' हा नवा देश अस्तित्वात आला; पण तिकडे अजूनही चकमकी चालूच होत्या. ओमार अल् बशीर देखील कित्येक आफ्रिकी

हुकूमशहांप्रमाणे क्रूर आणि कठोर वंशभेदी राष्ट्रप्रमुख होते. सुदानमध्ये खनिज तेलाचे साठे असल्याने देशाची अर्थव्यवस्था बरी होती.

पुढच्या शुक्रवारी, १० फेब्रुवारीला सेमिरा आणि हाशीम यांची पुन्हा भेट झाली. मागील वेळेप्रमाणे ते दोघं ज्यूसचे ग्लास घेऊन फूडकोर्टच्या एका कोपऱ्यात जाऊन बसले.

"सेमिरा, मी सारी माहिती काढली. सुदानच्या सरकारला स्थलांतराला आळा घालण्याबद्दल युरोपीय देशांकडून अफाट पैसे मिळत आहेत. 'निस'मध्ये माझ्या माहितीचा एकजण काम करतो. त्यानेच मला हे सांगितलं. त्यामुळे आता सुदानमधून लिबियामार्गे युरोपला जाणं खूपच खडतर झालं आहे. काही दलाल ते काम करतात; पण त्यात खूप धोके असल्याने मी तुला त्या मार्गे न जाण्याचा सल्ला देईन."

"युरोपला जायचा दुसरा काही मार्ग आहे?" सेमिराने अधीरतेने विचारलं.

"आहे. तोदेखील खडतर आहे; पण धोकादायक नाही. सुदानमधून पश्चिमेकडचा देश छादला जायचं. तिथून लिबियाला जाता येतं. युरोपला स्थलांतर करू इच्छिणाऱ्यांना काही दलाल तिकडे घेऊन जाण्याचा व्यवसाय करतात, असं मी ऐकलं आहे; पण मला कोणाचं नाव-पत्ता कळलेला नाही. या साऱ्या व्यवसायात खूप गुप्तता पाळली जाते. मला वाटतं की तुला अंजामेनाला गेल्यावरच सारी माहिती मिळवावी लागेल.'

"ते कुठे आहे?"

"अंजामेना ही छादची राजधानी. छादमधील परिस्थिती खूपच वाईट असल्याने सुदानमधून तिकडे सहसा कोणी जात नाही. तिकडे जाणं खूप सोपं आहे. दार्फुरच्या अल् जुनैनामधून जीपने अंजामेनाला घेऊन जाणारे लोक आहेत. त्या सीमेवर फक्त दार्फुरी फुटीरवादीच असतात, सरकारी सैनिक तिकडे जाऊ शकत नाहीत. त्यामुळे तिथे जणू काही सीमा नाहीच. रोज लोकांची जा-ये सुरू असते. सीमेच्या दोन्ही बाजूला 'झागावा' जमातीचे लोक राहतात. ते सीमा वगैरे काही पाळत नाहीत. सीमेपासून अंजामेना जवळजवळ आठशे किलोमीटर दूर आहे. रस्ता चांगला नाही. त्यामुळे वाटेत चार मुक्काम करावे लागतात. खरा प्रश्न आहे तो अंजामेनात गेल्यावर खात्रीचा दलाल शोधण्याचा; पण तिकडे सावधगिरीने चौकशी केल्यास मिळू शकतो."

"ठीक आहे, मला तर दुसरा कसलाच पर्याय दिसत नाही. तिकडे भाषा कुठली बोलतात?"

"अरबी आणि फ्रेंच. त्या देशावर पूर्वी फ्रेंचांचं राज्य होतं; पण तुला अरबी येत असल्यानी काही अडचण येणार नाही."

"तिकडेदेखील इथल्यासारखी लिबियाच्या सीमेवर कडक पहारा किंवा गस्त घातली जात नाही?"

"नाही; कारण तिकडचं सरकार मोडकळीला आलं आहे. त्या देशात अंदाधुंदी असून बंडखोरांचे बरेच गट आहेत. कोणाचा कोणाला ताळमेळ नाही. अध्यक्ष इद्रिस देबी आपली सत्ता टिकवण्यासाठी धडपडत असतो. त्यामुळे युरोपीय देश त्याला पैसे देऊन त्याची मदत घेऊ शकत नाहीत. आधी त्याचेच पाय ठिकाणावर नाहीत तर तो कसली मदत करणार? बंडखोरांना पैसे दिले तर ते शस्त्रास्त्रे विकत घेऊन रिकामे होणार हे उघड आहे. म्हणून अजूनही छाद-लिबिया सीमा ओलांडणं अगदी सोपं आहे. तेथे सीमा नसल्यासारखंच आहे."

"इकडून युरोपला जायचा दुसरा काही मार्ग आहे?"

"आहे; पण तुला परवडण्यासारखा नाही."

"तो कुठला?"

"मोरोक्कोमधून स्पेनला जायचा; पण इथून मोरोक्कोला जायला व्हिसा लागतो, विमानासाठी दीड ते दोन हजार डॉलर्स लागतात. शिवाय कासाब्लांका, रबात किंवा तांजियेर अशा एखाद्या समुद्रकाठावरील ठिकाणातून चोरट्यामार्गे जाण्यासाठी अजून दीड हजार डॉलर्स लागतील."

"मला नाही झेपणार ते. मी छादमार्गेच जायचं पक्कं करते."

"तुला तेच स्वस्त पडेल."

"ठीक आहे, हाशीम. तुझी खूप मदत झाली मला. तू आता या व्यवसायात नाहीस तरी मला इतकी मदत केलीस. तुझे उपकार कसे फेडू?"

"उपकार वगैरे काही नाही, सेमिरा. योहाना जायच्या वेळी मी तुला मदत करीन असं आश्वासन दिलं होतं. मी तो व्यवसाय बंद केला म्हणून दिलेला शब्द पाळू शकलो नाही. त्या ऐवजी थोडीफार माहिती दिली, इतकंच."

सेमिराला सुदानी लोकांच्या चांगुलपणाचे अनेक अनुभव आले होते. तसं पाहिलं तर हाशीम एकेकाळी मानवी तस्करीच्या बेकायदेशीर व्यवसायातील एक गुन्हेगार होता, तरीही त्याने माणुसकी सोडली नव्हती!

६

मे महिन्याच्या सुरुवातीस सेमिराने निहाल आदिवारला आपण महिना अखेरीस नोकरी सोडणार असल्याचं सांगितलं. गेली साडेतीन वर्षं ती 'टॉपकापी'मध्येच काम करत होती. तिला निहालने फारच चांगली वागणूक दिली होती. त्याच्याकडे काम करणाऱ्या साऱ्या स्टाफला तो दुपारचं जेवण देत असे. रेस्टॉरंटच्या तिसऱ्या मजल्यावर 'शिसा'रूम मध्ये हुक्का ओढायची सोय होती. तिकडे कधी कधी तरुण टारगट मुलं जायची. म्हणून निहाल मुलींना तिकडे कधी पाठवत नसे. त्या विभागासाठी त्याने दोन-तीन मुलं नेमली होती. सेमिराचं सुदानमधील वास्तव्य फारच चांगलं झालं होतं. तिला चांगल्या मैत्रिणी मिळाल्या होत्या, राहायची व खाण्या-पिण्याची सोय चांगली झाली होती, नोकरी व कामाचं ठिकाण चांगलं होतं, पगार ठीक होता आणि सर्वांत महत्त्वाचं म्हणजे शहर तरुणींसाठी अत्यंत सुरक्षित होतं.

सेमिराने ४ जून या दिवशी खार्तूम सोडायचं ठरवलं. तिने अल् जुनैनाला जायची माहिती काढली होती. खार्तूमपासून अल् जुनैना जवळजवळ नऊशे किलोमीटर अंतरावर होतं. तिला प्रथम खार्तूमहून एल ओबैदला जाऊन एक रात्र राहावं लागणार होतं. दुसऱ्या दिवशी तेथून अल् फाशेरला एक रात्र व तिसऱ्या दिवशी रात्री ती अल् जुनैनाला पोचणार होती. सारा प्रवास मोडकळीस आलेल्या बसनी करायचा होता. रस्ते चांगले नव्हते. त्यात हवेतील उष्मा. सेमिराने साठवलेल्या साऱ्या पैशांचं परकीय चलन करून घेतलं. ते सारे मिळून १९०० डॉलर्स इतके झाले. अर्थात ते तिला काळ्याबाजारातून करून घ्यावे लागले. सुदानमध्ये परकीय चलनावर खूप निर्बंध होते. निहालने तिला प्रवासासाठी एक हजार सुदानी पौंड, म्हणजे अंदाजे सव्वाशे डॉलर्स दिले होते. हाशीम तिला म्हणाला होता, की एकदा युरोपच्या भूमीवर पाय ठेवला की आपल्याला काही खर्च करावा लागत नाही. निर्वासित दर्जा मिळाल्यावर अन्न-वस्त्र-निवारा यांची सोय निर्वासित कार्यालयातर्फे केली जाते. तो

दर्जा ज्यांना मिळत नाही, त्यांना काही सेवाभावी संस्था मदत करतात.

सुदानला आल्यापासून सेमिरा जीन्स आणि टी-शर्ट किंवा कॉटनचे लांब बाह्यांचे टॉप्स वापरत होती. कधी कधी ती सुदानी तरुणींप्रमाणे 'थोब' हा पारंपरिक वेष परिधान करायची. तेव्हा ती एखाद्या सुदानी तरुणीसारखीच वाटायची. तिने प्रवासात तोच वेष परिधान करायचं ठरवलं. तीन दिवस आणि तीन रात्रींचा त्रासदायक प्रवास करून सेमिरा अल् जुनैनाला पोचली. 'टॉपकापी'मध्ये सेमिराबरोबर काम करणारा कुक रहिमत अल् जुनैनाचा होता. अस्मा ही त्याची बहीण तिथे राहत होती. त्याने तिला फोन करून सेमिराला एक-दोन रात्री ठेवून घ्यायची आणि तिला मदत करायची विनंती केली होती. अस्मा त्यास आनंदाने कबूल झाली होती.

अल् जुनैनाला पोचल्यावर सेमिरा रिक्षाने अस्माच्या घरी गेली. चाळिशीची अस्मा विधवा होती. तिला चौदा वर्षांची एक मुलगी आणि नऊ वर्षांचा एक मुलगा होता. तिचा नवरा एका दार्फुरी बंडखोर गटात सामील झाला होता. तीन वर्षांपूर्वी तो सुदानी सैन्याबरोबरील चकमकींदरम्यान मारला गेला होता. अस्मा त्यांची गावाजवळील सहा एकर शेती करत होती. ती खूप प्रेमळ होती.

"ये सेमिरा, तू खूप दमली असशील. अंघोळ कर, जेव आणि छानपैकी झोप. सकाळी लवकर उठायची घाई करू नकोस."

"अस्मादीदी, तुम्ही इथे नसता तर मला कोणाचाच आधार मिळाला नसता."

"मला रहिमतनी तुझ्याबद्दल सारं काही सांगितलं आहे. तुला अजून खूप मोठा खडतर प्रवास करायचा आहे. बरं, मी अंजामेनाला जीपने घेऊन जाणाऱ्या लोकांची माहिती काढली आहे. माझ्या ओळखीच्या एका माणसाने एका अत्यंत विश्वासू माणसाची माहिती मला दिली आहे. उद्या आपण त्याला भेटू. जायची घाई करू नकोस. इथे चार दिवस राहा."

"दीदी, चार दिवस नको, दोन दिवस राहून मी जाईन. उद्या आपण त्या माणसाची भेट घेऊ."

"ठीक आहे, आज मी सोरघमचं 'गोरासा' आणि त्यांच्याबरोबर खायला 'बे-दामा' केला आहे. आपण लवकरच जेवून घेऊ."

दोन दिवस अस्माचा पाहुणचार घेऊन सेमिरा अंजामेनाला जायला निघाली. अस्माने तिला दोन दिवसांचं जेवण दिलं होतं. ती निघताना अस्मा म्हणाली,

"कधी काही कारणाने इकडे आलीस, तर माझं घर तुझंच घर आहे असं समज. विनासंकोच माझ्याकडे येऊन राहा."

"हो दीदी," सेमिरा असं म्हणाली; पण एकदा युरोपला गेल्यावर पुन्हा आपण अल् जुनैनाला येऊ असं तिला वाटलं नाही.

चार दिवसांच्या खडतर प्रवासानंतर सेमिरा अंजामेनाला पोचली तेव्हा पार थकून

गेली होती. येताना वाटेत लहानशा घरात झोपायची सोय केलेली. हवेतील उष्मा, सतत चावणारे डास आणि अस्वच्छ अंथरूण-पांघरूण यामुळे सेमिराला झोप अशी लागतच नव्हती. तीन-चार तास डोळा लागला न लागला, तर उठायची वेळ व्हायची. सकाळी लवकर आवरून पुढचा प्रवास करावा लागायचा. ड्रायव्हर नजीब समजूतदार होता. त्यामुळे सेमिरा निर्धास्त होती. ती प्रवासात बऱ्याचवेळा नजीबच्या शेजारी बसायची. तिला त्याच्याकडून अंजामेनाबद्दल आणि पुढील प्रवासाच्या नियोजनाबद्दल माहिती करून घ्यायची होती. तिने सुदानमधून निघताना तेथील संयुक्त राष्ट्रसंघाच्या निर्वासित कार्यालयाला आपण देश सोडून जात आहोत, असं सांगितलं नव्हतं. तिला अपेक्षा होती, की अंजामेनात गेल्यावर तिला त्यांच्या तेथील शाखेमार्फत मदत मिळू शकेल. तिने नजीबच्या मदतीने अंजामेनातील निर्वासित कार्यालयाचा पत्ता आपल्याकडे घेऊन ठेवला होता.

सेमिरा ११ जून या दिवशी संध्याकाळी सहाच्या सुमारास अंजामेनात पोचली. पोचल्यावर ती सरळ 'कार्तिये सबांगिनी' या भागातील निर्वासित कार्यालयाकडे गेली. ते बंद झालं होतं; पण एक सुरक्षा कर्मचारी तिला त्यांच्या निवासी व्यवस्था असलेल्या जवळील इमारतीकडे घेऊन गेला. वफा ही स्थानिक महिला त्याची व्यवस्थापिका होती. तिने सेमिराचं ओळखपत्र पाहिलं व म्हणाली,

"तू आजचा दिवस इथे राहा. उद्या ऑफिस उघडल्यावर तुला मी तिकडे घेऊन जाईन. आमचे अधिकारी काय म्हणतात यावर पुढे काय करायचं हे ठरवू." वफा म्हणाली.

"ठीक आहे," सेमिरा म्हणाली. ती सलग चार दिवसांच्या प्रवासाने खूप दमली होती. त्या निवारा केंद्रात बावीस महिला होत्या. सेमिरा त्यांच्याबरोबर जेवली व झोपी गेली. दुसऱ्या दिवशी वफा तिला ऑफिसकडे घेऊन गेली. तेथील स्वागतकक्षातील तरुणीला वफाने सेमिराविषयी सांगितल्यावर तिने तिला निर्वासित साहाय्य अधिकारी मिसेस रेमा बुस्तानी यांच्याकडे घेऊन जायला सांगितलं. चाळिशीच्या रेमा बुस्तानी मूळच्या लेबेनॉनच्या असल्याने उत्तम अरबी बोलत होत्या. त्यांनी सेमिराला बसायला सांगितलं.

"मॅडम, मी मूळची एरिट्रियाची. गेली चार वर्षं सुदानमध्ये निर्वासित होते. आता मी इकडे आले आहे. मला तुमच्यामार्फत काही मदत मिळू शकते का? हे पाहा, ही माझी सुदानमधील कागदपत्रं," असं म्हणून सेमिराने एका प्लॅस्टिकच्या पिशवीत ठेवलेले सारे कागद त्यांच्याकडे दिले. ते पाहून झाल्यावर रेमा म्हणाल्या,

"हे पहा सेमिरा, तुला सुदानमध्ये निर्वासित दर्जा दिला होता. तिथे तुला सरकारतर्फे काही सवलती मिळाल्या होत्या. तिथे तू नोकरी करू शकत होतीस. तू स्वखुशीने सुदान सोडून आली आहेस. त्यामुळे आता तुला निर्वासितांच्या सवलती

या देशात मिळणार नाहीत. जर सुदानमध्ये तुझा छळ झाला असता किंवा तुझ्या जिवाला धोका असता, तर तशी शक्यता होती; पण तसं काहीही झालेलं नाही. त्यामुळे आता तुझ्यापुढे दोन पर्याय आहेत. पहिला, तू सुदानला परत जायचा. दुसरा, आमच्या मदतीशिवाय तू छादमध्ये राहायचा; पण तू बेकायदेशीर मार्गाने या देशात आल्यामुळे तुला इथलं सरकार केव्हाही देश सोडून जायला सांगू शकतं. तू तुझा निर्णय येत्या आठ दिवसांत घ्यायला हवा. तोपर्यंत आम्ही तुला आसरा देऊ.''

''ठीक आहे, मी तुम्हाला माझा निर्णय दोन-चार दिवसांत सांगेन.''

सेमिरा रेमा बुस्तानींचा निरोप घेऊन निघाली. आता पुढे काय करायचं, हा प्रश्न तिला भेडसावू लागला. सुदानला परत तर जायचं नाही; पण आता युरोपकडे घेऊन जाणारे दलाल शोधायचं काम आलं. तिच्या निवारा केंद्राच्या चार सुरक्षा कर्मचाऱ्यांपैकी एक होता पन्नाशीचा आयूम ताहेर. सेमिराला तो विश्वासू वाटला. तिने त्याला आपली समस्या सांगितली व त्याच्या माहितीत युरोपकडे घेऊन जाणारा कोणी दलाल आहे का हे विचारलं.

''माझ्या माहितीत कोणी नाही; पण चौकशी करून पाहतो. तुला कधी जायचं आहे?'' आयूमने विचारलं.

''केव्हाही जायला तयार आहे. मी या निवारा केंद्रात फक्त एक आठवडा राहू शकते.''

''ठीक आहे, प्रयत्न करून पाहतो.''

सेमिराने स्वत: देखील गावात फिरून काही माहिती मिळते का हे पाहायचं ठरवलं. अंजामेना फार मोठे नव्हते. धुळीने माखलेले रस्ते आणि विटांची साधी घरं पाहून ते शहर एखाद्या देशाची राजधानी आहे यावर विश्वास बसला नसता. देशात कित्येक वर्षं चाललेल्या हिंसाचारामुळे प्रगती झाली नव्हती. शहराच्या पश्चिमेला छाद नदी होती. तिच्या काही भागापलीकडे कॅमरून या देशाची हद्द होती आणि थोडं उत्तरेला नायजेरिया, निजर आणि लिबिया यांची हद्द होती. देशाच्या उत्तर भागात सहारा वाळवंटाचा काही भाग होता. लिबियाची सीमा सहारा वाळवंटातच होती. जवळजवळ पंचावन्न टक्के लोकसंख्या मुस्लीम होती, तर उर्वरित ख्रिस्ती आणि पारंपरिक आफ्रिकी धर्मांचे होते. सेमिरा लहान रेस्टॉरंट, किराणामालाची दुकाने अशा ठिकाणी दलालांची माहिती मिळते का हे पाहत होती; पण तिला त्यात यश येत नव्हतं. एक तर तो व्यवसाय बेकायदेशीर. त्यामुळे उघडपणे त्याच्याबद्दल कोणी बोलायला तयार नसावे. दिवसभर पायपीट करून ती संध्याकाळी दमूनभागून निवारा केंद्रात यायची. आयूम तिला रोज सांगायचा, ''माझा प्रयत्न चालू आहे; पण अजून काही धागेदोरे हाती येत नाहीत.''

असेच पाच-सहा दिवस गेले. दोन दिवसांनी सेमिराला निवारा केंद्र सोडावं लागणार होतं. त्याच दिवशी संध्याकाळी सेमिरा केंद्रावर परतल्यावर आयूम तिच्याकडे आला व म्हणाला,

"मला इथल्या एका नायजेरियन माणसाचा पत्ता लागलाय. तो लोकांना युरोपकडे घेऊन जातो म्हणे. त्याला फोन केला होता. तो उद्या सकाळी दहा वाजता इकडे येणार आहे."

"अरे वा, खरंच आयूम? तो जर त्या व्यवसायात असेल तर माझी समस्या मिटली म्हणायची."

"अगं, त्याची आधी भेट तरी घे, काय म्हणतोय पाहा."

"हो, आयूम. पाहू आता काय म्हणतोय तो. काय नाव त्याचं?"

"ख्रिस ओझुरुंबा. गेली चार वर्षं अंजामेनात राहतोय. बहुतेक हाच व्यवसाय करत असावा तेव्हापासून."

"कळेल उद्या. तू असशील ना त्यावेळी?"

"मी त्याची आणि तुझी ओळख करून देतो. नंतर तुम्ही इथून बाहेर कुठेतरी जा. मी निवारा केंद्रातील मुलींना बेकायदेशीर मार्गे युरोपला जायला मदत करतो, असं केंद्राच्या संचालिकेला कळलं तर माझी नोकरी जाईल. तू खूपच गळ घातलीस म्हणून मी प्रयत्न केला. सहसा मी अशा प्रकरणात लक्ष घालत नाही."

"हो, आयूम, मी समजू शकते. तो आल्यावर आम्ही एखाद्या रेस्टॉरंटमध्ये जाऊ."

त्या रात्री सेमिरा खूप उत्तेजित झाली होती. तिच्या आशा पालवल्या होत्या. तिला मनोमनी वाटत होतं की आपली समस्या आता सुटायची लक्षणं आहेत.

७

फ्रान्सने १९२०मध्ये बळाच्या जोरावर छादची सध्याची भूमी आपल्या ताब्यात घेऊन तिचा 'फ्रेंच विषुववृत्तीय आफ्रिका' या आपल्या वसाहतीत समावेश केला. पुढे विसाव्या शतकाच्या मध्यावधीत साऱ्या आफ्रिकेतील वसाहतींनी आपल्या युरोपी राज्यकर्त्यांविरुद्ध लढे पुकारायला सुरू केले. छादमध्येही त्याचं लोण पसरलं. तेथील स्वातंत्र्यचळवळीचे नेते फ्रांस्वा तोंबालबाये यांच्या नेतृत्वाखालील लढा १९६०मध्ये यशस्वी झाला आणि देशाला स्वातंत्र्यप्राप्ती झाली. फ्रांस्वा तोंबालबाये स्वतंत्र छादचे अध्यक्ष झाले; पण त्यांच्या मनमानी आणि हुकूमशाही कारभारास कंटाळून देशात यादवी युद्ध भडकले. पुढे अनेक राजकीय उलथापालथी झाल्या, सैन्याने बंडाळी केली आणि देश हिंसाचाराच्या खाईत लोटला गेला. इद्रिस देबी १९९०पासून छादवर राज्य करत आहे; पण देशातील बंडाळी आणि हिंसाचार अजूनही संपुष्टात आलेला नाही. सेमिराला दुसरा कोणताही पर्याय नसल्याने तिला छादमार्गे स्थलांतर करण्याचा एकच मार्ग शिल्लक होता. किंबहुना, छादमधील अंदाधुंदी, हिंसाचार आणि राजकीय अस्थैर्य यांच्यामुळेच मानवी तस्करीचा व्यवसाय करणाऱ्यांचे फावले होते.

दुसऱ्या दिवशी सेमिरा सकाळी नऊ वाजल्यापासून तयार होऊन बसली होती. जवळजवळ सव्वादहाच्या सुमारास आयूम तिच्याकडे आला व त्याने तिला बाहेर यायला सांगितलं. सेमिरा पटकन बाहेर गेली. आज तिने टी-शर्ट आणि जीन्स घातली होती. गेटजवळ तिशीचा एक तरुण उभा होता. त्याने नायजेरियन 'बुबा' हा पारंपरिक वेष परिधान केला होता. सेमिरा आणि आयूमला येताना पाहून तो पुढे सरसावला आणि सेमिराशी हस्तांदोलन करण्यासाठी हात पुढे करत म्हणाला,

"हॅलो, मी ख्रिस ओझुरुंबा. तू सेमिरा ना?"

सेमिरा त्याच्याशी हस्तांदोलन करत म्हणाली,

"हो, मी सेमिरा."

त्या दोघांना उद्देशून आयूम म्हणाला,

"तुम्ही आता इथून जरा दूर जाऊन बोलत बसा." त्याला त्या दोघांबरोबर बोलताना कोणी पाहू नये अशी इच्छा होती. त्यामुळे तो सारखा इकडे-तिकडे पाहत होता. सेमिराने ते ओळखलं. ती ख्रिसला म्हणाली,

"इथून जवळच एक कॅफे आहे, आपण तिथे बोलत बसू."

"हो, चालेल."

भरदार शरीरयष्टीचा ख्रिस जवळजवळ सहा फूट उंच होता. तो सेमिराबरोबर अस्खलित इंग्रजीमध्ये बोलत होता. त्याचं शिक्षण बऱ्यापैकी झालं असावं, असं सेमिराला वाटलं. जाताजाता तो सेमिराशी गप्पा मारू लागला.

"कधी आलीस तू इकडे?"

"पाच-सहा दिवस झाले. दार्फुरमधून आले. सुदानमध्ये गेली चार वर्षं काम करत होते. मूळची एरिट्रियाची आहे."

"तू एरिट्रियाची आहेस हे काही सांगायची गरजच नाही. मी फक्त अंदाज करत होतो की तू एरिट्रियाची आहेस की इथिओपियाची. दोन्ही देशांतले लोक एक-सारखेच दिसतात."

"हो, तसं पाहिलं तर पूर्वी आमचा एकच देश होता. आमची संस्कृती समान आहे. उत्तर इथिओपिया आणि एरिट्रिया यांची 'तिग्रिन्या' ही एकच भाषा आहे. दोन्ही देशांत बहुतांश जनता ऑर्थोडॉक्स ख्रिस्ती धर्माची आहे. आमच्या जेवणातदेखील साम्य आहे."

"हो; पण १९९८ची एरिट्रिया-इथिओपिया लढाई खूप तीव्र होती म्हणे."

एरिट्रिया आणि इथिओपिया यांच्यात १९९८ ते २००० या दरम्यान सीमावादावरून घनघोर लढाई झाली होती. तिच्यात दोन्ही बाजूंचे मिळून जवळजवळ एक लाख लोक मारले गेले होते आणि आर्थिक समस्या असलेल्या या दोन्ही देशांचे कोट्यवधी डॉलर्स त्यावर खर्चिले गेले होते. इतर आफ्रिकी देशांच्या मध्यस्थीने लढाई थांबली; पण दोन्ही देशांमधील तणाव तसाच राहिला. दोघांनी सीमेवरील रस्ते बंद केले. कित्येक लोकांचे नातेवाईक शत्रूराष्ट्रात अडकून पडले.

"हो; पण ते युद्ध केवळ राज्यकर्त्यांमुळे झालं. त्यावेळी सीमावाद पराकोटीला गेला होता. दोन्ही देश भांडत होते; पण जनता त्याच्या विरुद्ध होती. दोन्ही देशांत आजही एकमेकांचे कित्येक नागरिक राहतात. त्यांची लग्नं झाली आहेत, त्यांना मुलंबाळं आहेत."

"आमच्या देशात देखील गेली दहा-बारा वर्षं 'बोको हराम' या दहशतवादी संघटनेने उच्छाद मांडलाय. त्यांचा अल् कायदाशी संबंध आहे. त्यांना बहुसंख्य

मुस्लीम लोकसंख्या असलेल्या उत्तर नायजेरियात सनातनी इस्लाम प्रस्थापित करायचा आहे. त्यांच्या हिंसक कारवायांना कंटाळून माझ्यासारखे लोक देश सोडून गेले आहेत.''

''तू किती वर्षं झाली इकडे राहतोस?''

''आता चार वर्षं होत आली. मी मूळचा मायदुगिरीचा. माझं गाव उत्तर नायजेरियात आहे. इथून फार दूर नाही, दीड-पावणेदोनशे किलोमीटरवर आहे. तिकडे आई-वडील आणि एक थोरला भाऊ असतात. मला बहीण नाही. मी बी.एस्सी. झालो आहे; पण हिंसाचारामुळे नोकऱ्या मिळणं कठीण झालं आहे. नाइलाजाने माझ्या सध्याच्या व्यवसायात पडलो. घरची थोडीफार शेती आहे, ती भाऊ पाहतो. तू सुदानमध्ये कशी आणि केव्हा गेलीस?''

त्यावर सेमिराने थोडक्यात आपली पार्श्वभूमी सांगितली. ती ऐकल्यावर ख्रिस म्हणाला,

''तुझी परिस्थिती माझ्यापेक्षा वाईट आहे. तुला तर कोणीच राहिलं नाही. तरीही तू हिंमत न हरता सुदानमध्ये जाऊन नोकरी केलीस हे कौतुकास्पद आहे.''

सेमिराच्या एक-दोन मैत्रिणी सोडल्या तर इतक्या आस्थेवाईकपणे तिची कोणी चौकशी केली नव्हती की तिचं कौतुक केलं नव्हतं. तिला ख्रिसचा स्वभाव आवडला. ते दोघं कॅफेजवळ पोचले होते. ख्रिसने एका कोपऱ्यातील टेबल निवडलं. कॅफे साधीच होती. आत फारशी गर्दी नव्हती. ख्रिस बसताबसता म्हणाला,

''मला अरबी भाषा येते; पण आपण इंग्रजीतून बोलू, कोणालाही कळणार नाही. इकडचे सुशिक्षित लोक फ्रेंच बोलतात. इंग्रजी खूपच कमी लोकांना समजतं.''

''हो, चालेल.''

ख्रिसने दोघांसाठी कॉफी मागवली. वेटर कॉफी आणायला गेल्यावर तो म्हणाला,

''हं सांग, तुझा काय विचार आहे?''

''ख्रिस, मला युरोपला जायचं आहे. माझं आता एरिट्रियात कोणी राहिलं नाही, हे तुला सांगितलंच. आमच्या देशातील परिस्थिती तुला ठाऊक आहेच. सुदान किंवा इतर कुठल्यातरी आफ्रिकी देशात हलकीसलकी कामं करत बसण्यापेक्षा तिकडे निदान सुरक्षा आहे आणि कष्ट पडले तरी चांगल्या वातावरणात राहता येईल. पुढे-मागे भावाचा पत्ता लागला तर चांगलंच होईल. तोदेखील तिकडेच गेला असण्याची शक्यता आहे.''

वेटरने कॉफी आणून त्यांच्या टेबलवर ठेवली. तो गेल्यावर ख्रिस म्हणाला,

''हे बघ सेमिरा, मी या व्यवसायात गेली तीन-चार वर्षं आहे. मी एकटा हा व्यवसाय करत नाही. छाद-लिबियाच्या सरहद्दीपर्यंत मी लोकांना नेऊन सोडतो. नंतर

दुसरा माणूस लिबियातील प्रवासाची सोय करतो. लिबियाच्या किनाऱ्याला पोचल्यावर तिसराच माणूस सागरी वाहतुकीची सोय करतो. आमचा सर्वांचा समन्वय असतो. युरोपच्या किनाऱ्यावर लोकांना सोडलं की आमची जबाबदारी संपते.''

''ठीक आहे; पण मला जाण्यासाठी किती खर्च येईल? आणि पैसे कोणाला आणि कसे द्यायचे?''

''खर्च साधारणपणे दीड हजार डॉलर्स इतका येतो. पैसे मीच घेतो. नंतर त्यातील काही इतरांना पाठवले जातात. त्याबद्दल तू चिंता करू नकोस. आमचा व्यवसाय बेकायदेशीर असला तरी आम्ही सारे प्रामाणिकपणे काम करतो. आमचा सर्वांचा एकमेकांवर विश्वास असल्याशिवाय हा व्यवसाय चालूच शकत नाही.''

''मला कधी जाता येईल?'' सेमिराने अधीरतेने विचारलं.

''आम्ही लोकांना गटागटाने पाठवत असतो. एक गट साधारणपणे चाळीस लोकांचा असतो. आजूबाजूच्या देशांमधून लोक अंजामेनाला येतात. जे माझ्याशी संपर्क साधतात, त्यांची मी एका घरात राहण्याची तात्पुरती सोय करतो. चाळीस लोक झाले की मग प्रवासास सुरुवात करतो.''

''चाळीसचा गट होण्यासाठी किती दिवस वाट पाहावी लागते?''

''अंदाजे दोन ते तीन आठवडे. आता जवळजवळ पंधरा लोक झालेत. अजून दहा-बारा दिवसांत चाळीस होतील. बरेचसे मध्य आफ्रिकी प्रजासत्ताक, निजर, माली, एरिट्रिया, इथिओपिया, कॅमरून, सोमालिया आणि काँगो या देशांमधून येतात.''

''मला त्या तात्पुरत्या निवाऱ्यात राहता येईल?''

''जर तुझी इथे दुसरीकडे राहायची सोय नसेल तर तुला राहता येईल. त्यासाठी पैसे द्यावे लागत नाहीत. पुरुष आणि महिलांसाठी वेगवेगळी घरं आहेत. तिथे राहणाऱ्यांना आम्ही जेवणदेखील देतो.''

''ठीक आहे. मी परवा दिवशी माझं सामान घेऊन येते.''

''तू येऊ नकोस, मी तुला न्यायला येईन. माझ्याकडे मोटरसायकल आहे. तुझं सामान जास्त नाही ना?''

''नाही, फक्त एक लहान बॅग आहे.''

''ठीक आहे, तू परवा दिवशी संध्याकाळी सहाच्या सुमारास तयार राहा.'' ख्रिसने कॉफीचं बिल भागवलं. ते दोघं पुन्हा चालत निवारा केंद्राकडे गेले. ख्रिसने आपली मोटरसायकल तेथेच लावली होती. तो सेमिराचा निरोप घेऊन निघून गेला.

सेमिराने वफाला आपण दोन दिवसांत निवारा केंद्र सोडत आहोत असं सांगितलं. संध्याकाळी जेवण झाल्यावर ती आपल्या बेडवर पडून विचार करू लागली. 'आता आपली मोहीम निर्णायक टप्प्यावर आली आहे. ख्रिस तसा जबाबदार आणि विश्वासू

वाटतोय. त्याच्या भरवशावर जायचा निर्णय घ्यायला काही हरकत नाही. युरोपला गेल्यावर तिथेही मोठं प्रश्नचिन्ह असणार; पण निदान तिथे आसरा मिळतो, खाण्यापिण्याची सोय होते आणि यथावकाश नोकरी देखील मिळू शकते. आता फक्त काही दिवसांचाच प्रश्न आहे. एकदा आफ्रिकेतून बाहेर पडलो की आपल्या आयुष्याला दिशा मिळेल. अजून काही वर्षांनी एखादा समंजस साथीदार देखील मिळू शकतो. आपलं स्वतःचं कुटुंब होईल, एक-दोन मुलं होतील...'

दोन दिवसांनी संध्याकाळी सेमिराने ठरल्याप्रमाणे निवारा केंद्र सोडले. तिने जाताना वफा आणि आयूमचे खूप आभार मानले. तिला न्यायला ख्रिस आला होता.

"चल सेमिरा. तुला बॅग घेऊन बसता येईल ना?" ख्रिसने विचारले.

"हो, नक्कीच. बॅग काही जड नाही. फक्त थोडे कपडेच आहेत."

"ते बरं झालं. पुढे सागरी प्रवासाच्या वेळी फक्त एवढीच एक छोटी बॅग घेऊन जाता येतं. बरं, बैस," असं म्हणून ख्रिसने मोटरसायकलला किक मारून ती सुरू केली. सेमिरा बसल्यावर तो तिला घेऊन निघाला. त्याचे दोन्ही तात्पुरते निवारे आणि त्याचे घर, तीनही ठिकाणे अंजामेनाच्या 'फार्चा' या भागात होती. ती ठिकाणे एकमेकांच्या जवळच होती. तिकडे जायचा जवळजवळ सारा रस्ता कच्चा असल्याने मोटरसायकल पुढे जाईल तशी मागे धूळ उडत होती. पंधरा-वीस मिनिटांत ते महिलांच्या निवाऱ्यात पोचले. त्याची इमारत साधीच होती. आत गेल्या गेल्या एक छोटीशी खोली होती. तिला लागून तीन मोठ्या खोल्या होत्या. त्यांच्या पलीकडे किचन आणि बाथरूम होते. त्या तीन मोठ्या खोल्यांमध्ये सतरंज्या अंथरलेल्या आणि चादरी ठेवलेल्या. त्यांच्यापैकी दोन खोल्यांत वेगवेगळ्या देशांतून आलेल्या काही मुली होत्या. तेथे पोचल्यावर मोटरसायकलचा आवाज ऐकून एक वयस्कर माणूस बाहेर आला. त्याच्याकडे पाहत ख्रिस अरबी भाषेत म्हणाला,

"हा फैसल. इथला सारा कारभार पाहतो. तो मुलींवर लक्ष ठेवण्यापासून ते घर स्वच्छ ठेवणे आणि जेवण बनवणे अशी सारी कामे करतो. आणि फैसल, ही नवीन मुलगी सेमिरा, येथे काही दिवस राहील."

"ये मुली, ये. दोन नंबरच्या खोलीत कमी मुली आहेत. तिथे तुझी बॅग ठेव. मी तुला चादर आणि उशी आणून देतो. जेवायची वेळ होत आलीय."

"ठीक आहे, सेमिरा, तुला काही लागलं तर फैसलला सांग. उद्या संध्याकाळी मी चक्कर टाकतो. तू पैसे आत्ता देऊ शकशील?"

"हो, देते ना," असे म्हणून सेमिराने बॅगेत जपून ठेवलेल्या डॉलर्सपैकी दीड हजार ख्रिसला दिले. आता तिच्याकडे जवळजवळ पाचशे डॉलर्स शिल्लक राहिले होते.

"ठीक आहे, ख्रिस, उद्या भेटू. गुड नाइट." सेमिरा म्हणाली आणि बॅग घेऊन

घराकडे वळली.

सेमिरा आत गेल्यावर फैसलने तिला तिची खोली दाखवली. एका बाजूला तिने आपली बॅग ठेवली. त्याने तिला एक उशी आणि चादर आणून दिली. सेमिरा बाथरूमकडे जाऊन हात-पाय धुऊन आली. तिने इतर मुलींना आपली ओळख करून दिली. त्यांच्यापैकी फक्त चारजणी अरबी भाषा बोलायच्या. त्यातील दोन माली, एक निजर आणि एक कॅमरूनची होती. इंग्रजी कोणाला येत नव्हतं. सेमिरा त्या चौघींशी बोलत बसली. त्या देखील आपापल्या देशातील हिंसाचार, बेरोजगारी आणि उपासमार यांना कंटाळून स्थलांतर करण्यासाठी तेथे आलेल्या. त्यांनादेखील कोणीतरी ख्रिस आणि त्याच्या सहकाऱ्यांच्या मानवी तस्करीच्या व्यवसायाबद्दल सांगितलेले. ख्रिसच्या इतर देशांतील सहकाऱ्यांनी काहीजणींना युरोपमध्ये नोकऱ्या मिळवून देऊ असे आश्वासन दिले होते.

आठ वाजता फैसलने साऱ्या मुलींना जेवायला किचनमध्ये बोलावले. त्याने जमिनीवर एक जुनाट सतरंजी अंथरली. त्या साऱ्या खाली बसल्या. त्याने ॲल्युमिनियमच्या थाळ्यांमधून प्रत्येकीला कसाव्हा या कंदमुळाचा लगदा आणि भाज्या व बिन्सचा रस्सा खायला दिला. त्या रश्श्यात भाज्या किंवा बिन्स ऐवजी पाणीच जास्त होते. त्याला फक्त तिखट-मिठाची चव होती. सेमिराला सुदानमध्ये असताना दुपारचे जेवण 'टॉपकापी'मध्ये मिळायचे आणि रात्रीचे ती व तिच्या मैत्रिणी मिळून बनवायच्या. दोन्ही वेळचे जेवण चविष्ट असायचे. अस्मारामध्ये असताना देखील ती आई-वडिलांबरोबर जे काही जेवायची, ते निकृष्ट नसायचे. फैसलने दिलेले बेचव जेवण तिच्या घशाखाली उतरेना. तिने मोठ्या मुश्किलीने चार घास खाल्ले व प्लेट ठेवून दिली. इतर मुली तेच जेवण आवडीने जेवत होत्या.

सेमिरा तिला दिलेल्या जागी झोपायला गेली. तेथे गाद्या नव्हत्या. एका जाड सतरंजीवरच झोपायचे होते. सेमिराला त्याची सवय नव्हती. त्यात हवेतील उष्मा. खोलीत एकच फॅन हळूहळू फिरत होता. मधूनच लाइट्स जायचे आणि फॅन बंद व्हायचा. त्यात भरीस भर म्हणून डास होते. सेमिराला रात्रभर झोप लागली नाही.

फैसलने सकाळी नाश्त्यासाठी सर्वांना चहा आणि ब्रेड दिला. दुपारचं जेवण काल रात्रीच्या जेवणापेक्षा फारसं वेगळं नव्हतं. या ठिकाणी आपल्याला अजून जवळजवळ दोन आठवडे राहायचं आहे, या विचाराने सेमिराच्या अंगावर शहारे आले. संध्याकाळी सहा वाजता ख्रिस तेथे आला. तो रोज सकाळी आणि संध्याकाळी तिकडे एक चक्कर टाकून सर्व काही व्यवस्थित आहे की नाही हे पाहायचा. त्या दिवशी सकाळी त्याची आणि सेमिराची भेट झाली नाही; कारण त्यावेळी सेमिरा डासांसाठी एखादा फवारा मिळतो का हे पाहायला बाहेर पडली होती. संध्याकाळी मात्र तिची आणि ख्रिसची भेट झाली.

"तू ठीक आहेस ना, सेमिरा?"

"हो ठीक आहे," सेमिरा वरवर म्हणाली. खरं तर तिला कालची रात्र आणि जेवण यांच्याबद्दल त्याला सांगायचं होतं; पण आपण येथे आल्या आल्या तक्रारी करत आहोत, असं त्याला वाटू नये म्हणून ती गप्प बसली.

"इथून नदी फार दूर नाही. मी तिकडे निघालो आहे. रोज मी नदीकाठी अर्धा तास धावायचा व्यायाम करतो. तुला यायचं असेल तर चल माझ्याबरोबर. तू थोडा वेळ फिरून येऊ शकतेस."

"ठीक आहे, मी येते," असं म्हणून सेमिराने बूट घातले. ते दोघे चालतच नदीकडे निघाले. नदी फक्त अर्ध्या किलोमीटरवर होती.

"राहायची व्यवस्था ठीक होती?" ख्रिसने विचारलं.

"रात्री डास चावत होते. गरम देखील होत होतं आणि जेवणसुद्धा बेताचंच होतं."

"मी समजू शकतो. इतर मुलींप्रमाणे तुला अशा राहणीमानाची सवय नाही. थोडे दिवस तुझी गैरसोय होईल; पण त्याला इलाज नाही."

"होय ना. मी एवढा मोठा धाडसी निर्णय घेतला आहे, तो सफल होण्यात खूप अडचणी आणि गैरसोयी आहेत, धोकादेखील आहे, हे मी जाणते. दुसरं काय करणार?"

त्यावर ख्रिस गप्प बसला. ते नदीजवळ पोचले. ख्रिस म्हणाला,

"मी आता अर्धा तास धावून येतो. आपण येथेच भेटू. दरम्यान, तू नदीकाठाने एक चक्कर टाकून ये."

"ठीक आहे, मी फिरून आल्यावर इथेच थांबते."

नदीचे पात्र मोठे होते. पलीकडील किनारा कॅमरूनचा होता. नदीच्या पात्रात एक लांबलचक बेट होते. काही लोक बोटींमधून जाळ्याने मासे पकडत होते. सूर्य मावळतीकडे झुकला होता. त्यामुळे नदीच्या पात्रावर नारंगी छटा उमटली होती. हलक्या वाऱ्याने पाण्यावर लहान लहान लाटा उमटत होत्या. वातावरण रम्य होते; पण सेमिरा त्याचा आनंद उपभोगण्याच्या मनःस्थितीत नव्हती. तिच्यापुढे अनेक प्रश्नचिन्हं होती. भविष्याची अनिश्चितता तिला सतत भेडसावत होती. ती नदीकाठाने थोडावेळ फिरून आली. ख्रिस देखील अर्ध्या तासात पोचला. धावून तो घामाघूम झाला होता.

"इथं बसू पाच दहा मिनिटं. वारा छान सुटला आहे." ख्रिस रुमालाने घाम पुसत म्हणाला.

"हो, चालेल." सेमिरा म्हणाली. ते दोघे एका मोठ्या खडकावर बसले.

"असं धावून आलं की छान वाटतं. मी सकाळी घरी जोर-बैठका काढत

असतो. मला व्यायामाची खूप आवड आहे.''

''अरे वा, चांगली गोष्ट आहे.'' सेमिरा म्हणाली. ख्रिस काहीतरी विचार करत म्हणाला,

''सेमिरा, तुझी राहण्याची व्यवस्था दुसरीकडे करता येईल; पण त्याला तुझी तयारी असली तरच.''

''कुठे होऊ शकते, ख्रिस?'' सेमिराने अधीरतेने विचारलं.

''माझ्या घरी. घर मोठं आहे. तुला स्वतंत्र खोली असेल. घराच्या खिडक्यांना जाळ्या आहेत, त्यामुळे डासांचा त्रास नाही. शिवाय झोपायला पलंग आणि गादी आहे. त्या खोलीचा फारसा वापर होतच नाही. माझा काही आग्रह नाही; पण तुला प्रशस्त वाटलं तर तू सांग. मी तुला हे सुचवलं; कारण तू इतर मुलींपेक्षा वेगळ्या वातावरणातून आली आहेस. हे तुला सुचवताना मला संकोच वाटतोय; पण मला वाटलं की तुला फक्त सुचवून पाहावं.''

सेमिरा विचारात पडली. ''ख्रिस तसा सुस्वभावी वाटतोय. त्याच्या घरी तो एकटाच राहतोय; पण माझ्या असहायतेचा गैरफायदा घ्यायचा नाही. प्रश्न फक्त दोन आठवड्यांचा आहे. तिकडे त्या घरी परिस्थिती फार वाईट आहे. त्याच्या घरी निदान झोप तरी चांगली लागेल. तो जेवणाचं काही बोलला नाही; पण बहुतेक त्याच्याच घरी होईल. त्याला होकार देण्यास काही हरकत नाही.''

''ठीक आहे, ख्रिस. तुझे आभार कसे मानू? खरं म्हणजे मला त्या घरात राहायचं जिवावर आलं होतं; पण तुला सांगायला संकोच वाटत होता. तुझ्या घरी राहायला येण्याने माझा तुझ्यावर भार पडणार नाही ना?''

''अगं, भार कसला? घर रिकामंच आहे. एका माणसाच्या जेवणाचं काय घेऊन बसलीस? नाहीतरी मी माझ्यासाठी काहीतरी करत असतोच. आणि तुला कुठे खूप दिवस राहायचं आहे? प्रश्न जेमतेम दोन आठवड्यांचा आहे. चल, आपण तुझं सामान घेऊन येऊ.''

''चल,'' असं म्हणून सेमिरा उठली. तिने तिच्या जीन्सला लागलेली थोडी धूळ झटकली आणि ती ख्रिसबरोबर चालू लागली. निवाऱ्याकडे गेल्यावर सेमिरा आपली बॅग आणायला आत गेली. दरम्यान, ख्रिसने फैसलला सेमिरास आपल्या घराकडे घेऊन जात आहे, असं सांगितलं. ती बाहेर आल्यावर ख्रिसने मोटरसायकल सुरू केली.

८

सेमिराला ख्रिसच्या घरी राहायला येऊन चार दिवस झाले होते. त्याचं घर साधंच; पण स्वच्छ होतं. ख्रिसने तिला दिलेली खोली बैठकीच्या खोलीला लागून उजव्या बाजूला होती. ती बऱ्यापैकी मोठी होती. तिला लागून बाथरूम होती. ख्रिसची बेडरूम बैठकीच्या खोलीच्या डाव्या बाजूला होती. त्याची वेगळी बाथरूम होती. बैठकीची खोली ओलांडली की किचन होते. घराच्या मागे पडवीसारखी थोडी रिकामी जागा होती. घरावर गच्ची होती. दुपारी फैसल येऊन घर झाडून, कपडे धुऊन आणि भांडी घासून जात होता. सेमिरा तो काम करत असताना त्याच्याशी गप्पा मारत असे. ख्रिस सेमिराशी एखाद्या समंजस सभ्य गृहस्थासारखा वागत होता. सकाळी नाश्त्यासाठी ते दोघे चहा आणि ब्रेड, जाम, लोणी, अंडी असं काहीतरी घेत. ख्रिस दहा वाजता बाहेर पडत असे. एरवी तो दुपारी बाहेरच काहीतरी खायचा; पण सेमिरा आल्यापासून तो घरी थोडा वेळ येऊन जेवून जायचा. सेमिरा भात, भाजी, बीफ, मासे किंवा चिकन असं काहीतरी बनवायची. घराजवळ एक मार्केट होतं. तिथे भाज्या, मटण, मासे वगैरे मिळायचे. ख्रिसने सेमिराकडे घरखर्चासाठी काही पैसे देऊन ठेवले होते. घरासमोर एक लहान किराणा मालाचं दुकान होतं. सेमिरा तेथून लहानसहान वस्तू आणायची. त्याचा चाळिशीचा मालक सुहेल फैसलचा मित्र होता. फैसल आपले काम झाल्यावर सुहेलच्या दुकानात जाऊन एक बिडी ओढायचा आणि मगच तेथून जायचा.

सेमिरा संध्याकाळी सहा वाजताच जेवण बनवून ठेवायची. जेवण बनविण्यात तिचा हातखंडा होताच. ख्रिस आल्यावर ते दोघे नदीकडे जात. साडेसातच्या सुमारास घरी आल्यावर ख्रिसची अंघोळ होईपर्यंत सेमिरा त्यांचं जेवण गरम करून ठेवायची. जेवण झाल्यावर ते दोघे थोडावेळ टीव्ही पाहत बसत. साडेनऊच्या सुमारास सेमिरा तिच्या खोलीकडे झोपायला जायची. ख्रिस अजून थोडा वेळ टीव्ही

पाहत बसायचा किंवा त्याचं फोनवर संभाषण चाललेलं असायचं. साडेनऊच्या सुमारास सेमिराच्या डोळ्यांवर झापड यायची.

कधी कधी बेडवर पडल्यावर सेमिराला एकाकी वाटायचं. एखाद्या तरुणाचा सहवास हवाहवासा वाटायचा. मधूनच ख्रिसचा चेहरा आणि त्याचं पिळदार शरीर नजरेसमोर यायचं; पण ती असे विचार पटकन झटकून टाकायची. आपलं ध्येय साध्य करण्यासाठी काय काय करावं लागेल याच्याऐवजी भलतेसलते विचार आपल्या मनात येऊ द्यायचे नाहीत, असा ती निर्धार करायची. आपण कोणात गुंतलो तर पुढची योजना बारगळू शकते हे समजण्याइतकी ती पोक्त होती.

त्यानंतर पाच दिवस झाले असतील. संध्याकाळी जेवण झाल्यावर टीव्ही पाहता पाहता ख्रिस म्हणाला,

"सेमिरा, जवळजवळ चाळीस जणांचा गट झालाय. अजून चार दिवसांनी अंजामेना सोडावं लागेल; पण मी तुला पुढच्या गटातून जायचा सल्ला देईन; कारण या गटाला घेऊन जाणारी जी बोट आहे, ती म्हणावी तितकी चांगली नाही. तुझ्याबाबतीत काही अडचण येऊ नये म्हणून मी तुला हे सुचवत आहे. तुला ठाऊक आहेच की भूमध्य समुद्र ओलांडताना किती बोटींचे अपघात होतात. पुढच्या गटाला घेऊन जाणारी बोट चांगल्या स्थितीत आहे. अर्थात तुला या गटातून जायचा धोका पत्करायचा असेल तर माझी ना नाही. काय म्हणतेस तू?"

त्यावर सेमिराने विचार केला. जर पुढच्या गटातून जायचं तर अजून दोन-तीन आठवडे इथेच राहावं लागेल. तशी इथे काही अडचण नाही; पण समुद्र ओलांडून युरोपला पोचण्यासाठी आपण आतुरलो आहोत. कधी एकदा हा खडतर प्रवास संपतो, असं आपल्याला झालं आहे. जर बोटीच्या अवस्थेविषयी काही माहीत नसतं तर इतरांप्रमाणे आपण देखील गेलोच असतो आणि सर्वांबरोबर जे काही व्हायचं आहे ते झालंच असतं. ख्रिसने उगाचच आपल्याला त्या बोटीच्या अवस्थेची कल्पना दिली; पण त्याला आपल्या सुरक्षिततेची चिंता वाटते म्हणूनच त्याने आपल्याला त्याबद्दल सांगितलं असणार. त्याला दोष देण्यात काय अर्थ आहे? तो म्हणतोय तर उगाच धोका कशाला घ्यायचा?

"ठीक आहे, ख्रिस. तू म्हणतोस त्याप्रमाणे मी पुढच्या गटातून जाईन; पण माझा अजून काही दिवस तुझ्यावर भार पडणार याचं मला वाईट वाटतं."

"तुझा मुळीच भार नाही. तू तसा विचारदेखील मनात आणू नकोस. उलट तू मला नवनवे चविष्ट पदार्थ खायला घालत असतेस, घर टापटीप ठेवतेस. चल, झोपायची वेळ झाली, गुड नाइट!" असं म्हणून ख्रिस उठला.

तीन-चार दिवसांनी, सध्याचा गट अंजामेनाहून निघण्याच्या आदल्या दिवशी संध्याकाळी ख्रिस आणि सेमिरा बोलत बसले असताना तिने विचारलं,

''त्या गटाबरोबर तू जाणार आहेस ना उद्या?''

''नाही, सेमिरा. मी फक्त थोडंफार सूत्रसंचालन करतो. असली कामं करणारी माझी काही स्थानिक माणसं आहेत. हा व्यवसाय फार गुंतागुंतीचा आणि धोकादायक आहे. तो कसा चालतो हे तुला खोलात गेल्याशिवाय कळणार नाही. सांगेन कधीतरी. मला इथले सरकारी अधिकारी, पोलीस आणि बंडखोरांचे गट यांना हाताशी धरावं लागतं. त्यासाठी त्यांना पैसे खाऊ घालावे लागतात. या देशात खूप भ्रष्टाचार आहे. शिवाय कोणत्या बंडखोरांच्या गटाचा एखाद्या ठरावीक वेळी स्थलांतरितांच्या मार्गावर ताबा आहे, याची इत्थंभूत माहिती काढावी लागते. सकाळपासून संध्याकाळपर्यंत मी हीच कामं करत असतो. इथल्या सरकारी अधिकाऱ्यांना माझ्या दोन्ही निवाऱ्यांविषयी आणि त्यात राहणाऱ्या लोकांविषयी सारं काही ठाऊक आहे. त्यांना मी हाताशी धरलं आहे, नाहीतर केव्हाच त्यांच्यावर छापे पडले असते.''

''तुझा व्यवसाय खूप गुंतागुंतीचा आणि धोकादायक आहे हे खरं आहे. तुला खूप सांभाळून राहावं लागत असेल.''

''हे काहीच नाही. या व्यवसायात आमचे काही प्रतिस्पर्धी आहेत. त्यामुळे तर जास्तच सांभाळून राहावं लागतं. कधी कधी एकमेकांच्या जिवावर उठतात.''

''अरे बाप रे, ख्रिस, मग तर तुला खूपच जपून राहावं लागत असणार.''

''हो, माझे सगळीकडे खबरे आहेत. सरकारी अधिकाऱ्यांपासून पोलीस, बंडखोर आणि आमचे प्रतिस्पर्धी यांच्या हालचालींवर आम्ही सतत लक्ष ठेवून असतो. त्यांच्या हालचालींची सगळी माहिती आमच्याकडे येत असते. बरं, ते जाऊ दे, दुसरं काहीतरी बोलू. दिवसभर माझं हेच चाललेलं असतं.''

त्यानंतर चारच दिवस गेले असतील. जेवण झाल्यावर ख्रिस आणि सेमिरा नेहमीप्रमाणे टीव्ही पाहत होते. इतक्यात लाइट्स गेले. तसे अंजामेनात अधूनमधून लाइट्स जायचेच, त्यामुळे त्यात नवीन काही नव्हतं. ख्रिसने टेबलवरील मेणबत्ती लावली.

''आज पौर्णिमा आहे, छान चांदणं पडलंय. गच्चीत बसूया थोडावेळ?'' ख्रिसने विचारलं.

''हो, चल. आत्ता साडेआठच वाजलेत. आणि साऱ्या शहरात आणि आजूबाजूला अंधार म्हटल्यावर चांदणं अधिकच खुलून दिसेल.''

ते दोघे जिना चढून गच्चीत गेल्यावर सेमिराने अंदाज केल्याप्रमाणे चांदण्याचा छान प्रकाश पडला होता. तो पाहून ख्रिस म्हणाला,

''इथे तर लाइट्स लावल्यासारखा प्रकाश आहे!''

सेमिराने खुर्च्यांवरील धूळ झटकली. ते दोघे बसले. ख्रिस म्हणाला,

''सेमिरा, परवा मी तुला माझ्या व्यवसायाबद्दल सांगत होतो ना, तेव्हा तू

म्हणालीस की यात धोके खूप आहेत.''

''हो, तूच म्हणालास की प्रतिस्पर्धी कधी कधी जिवावर उठतात म्हणून.''

''हो, मी तुला पुढे हे नाही सांगितलं की मी यातून बाहेर पडायचं ठरवलं आहे.''

''खरंच? आणि केव्हा?''

''तू काळजी करू नकोस. तुला युरोपला पाठवल्यावरच. आणि मीदेखील युरोपला स्थलांतर करायचं ठरवलं आहे.''

''असं? कधी?''

''अजून तीन-चार महिन्यांनी. माझा इटलीमध्ये एक नायजेरियन मित्र आहे. त्याने पिसाच्या रेल्वे स्टेशनसमोर एक छोटं दुकान उघडलं आहे. तो म्हणाला, की पिसाचा झुकता मनोरा पाहायला येणारे बहुतांशी लोक पिसात राहत नाहीत. ते फ्लोरेन्सला राहतात. फ्लोरेन्सहून पिसाला सकाळी 'रिजनेल' रेल्वेने जाऊन संध्याकाळी परतता येतं. एकवेळचा प्रवास फक्त पन्नास मिनिटांचा आहे. हे प्रवासी शक्यतो स्टेशनपासून मनोऱ्यापर्यंत चालत जातात. वाटेत 'आर्णो' नदीचं भव्य पात्र आहे. आणि त्या मार्गावर, म्हणजे व्हिया सांता मार्ता या रस्त्यावर, भेटवस्तूंची लहान लहान दुकानं आणि रेस्टॉरंट्स आहेत. माझा मित्र म्हणतोय की मी तिथे आफ्रिकी भोजनाचं रेस्टॉरंट सुरू करावं. बहुतेक प्रवासी सकाळी तिथे येऊन, मनोरा पाहून दुपारी एखाद्या रेस्टॉरंटमध्ये जेवतात आणि संध्याकाळी फ्लोरेन्सला परत जातात. त्याने सारी माहिती काढून ठेवली आहे.''

''अरे वा, मग मला तेथे कुकची नोकरी मिळेल का?'' सेमिराने चेष्टेने हसत हसत विचारलं.

''सेमिरा, माझ्या मनात तोच विचार आला होता. तुला खोटं वाटेल; पण गेले काही दिवस मी पाहतोय की तुझ्या हाताला किती चव आहे. अगदी साध्या साध्या गोष्टींपासून तू किती चविष्ट जेवण बनवतेस! शिवाय तुला एका मोठ्या रेस्टॉरंटमध्ये कुकचं काम केल्याचा अनुभव आहे.''

त्यावर ख्रिस काय म्हणतोय यावर विश्वास न बसलेली सेमिरा म्हणाली,

''तू खरंच बोलतोयस की माझी चेष्टा करत आहेस?''

''सेमिरा, या पुढे जाऊन मला असंही म्हणायचं आहे की...'' ख्रिस अडखळलेला पाहून सेमिरा म्हणाली,

''काय म्हणायचं आहे?''

''मला संकोच वाटतोय; पण गेले काही दिवस माझ्या मनात एक विचार येत होता. तू आणि मी, आपण दोघं जवळजवळ नवरा-बायको सारखे या घरात राहतोय. फक्त आपण...''

"ते मलादेखील दिसतंय; पण तुला काय सुचवायचं आहे?"

"सेमिरा, तू माझ्याशी लग्न करशील? तू मला खूप आवडतेस; पण तुझ्या मनात वेगळंच काही असलं तर मला सांग. आपण आज जे काही बोललो ते विसरून जाऊ. तू नाही म्हणालीस तरी मी तुला दिलेलं युरोपला पाठवायचं आश्वासन पाळेन."

सेमिरा उठून गच्चीच्या कठड्याकडे गेली. दूरवर एक टेकडी होती. तिच्यावरील चर्चवर चांदण्यांचा प्रकाश पडला होता. त्यामुळे त्याचे शिखर उठून दिसत होते. त्याच्याकडे टक लावून पाहत ती म्हणाली,

"ख्रिस, माझ्या मनात अमावस्येच्या रात्रीसारखा अंधार आहे. मला फक्त एखाद्या चांगल्या आणि सुरक्षित देशात स्थिरस्थावर व्हायचं स्वप्न आहे. नंतर आपलं स्वतःचं घरकुल आणि कुटुंब असावं असं वाटतं; पण आज ही केवळ दिवास्वप्नं आहेत. मला पुढे-मागे तुझ्यासारख्या एखाद्या समंजस जोडीदाराची गरज भासेलच; पण आज मी फक्त स्थलांतर करायचा विचार करत होते. माझ्या अंधारमय जीवनात तू जर आशेचा एक प्रकाशकिरण दाखवलास तर त्या दिशेने मी वाटचाल करायला तयार आहे."

हे ऐकताच ख्रिस उठून सेमिराच्या शेजारी गेला आणि त्याने तिच्या खांद्यावर हात ठेवला. त्यासरशी सेमिराने आपले डोके त्याच्या भरदार छातीवर टेकवले. क्षणार्धात ते दोघे एकमेकांच्या बाहुपाशात विसावले.

दुसऱ्या दिवशी सकाळी ख्रिस कामासाठी निघून गेला तरी सेमिराच्या डोळ्यांसमोरून काल रात्रीच्या आठवणी जायला तयार नव्हत्या. कुतूहल, अनभिज्ञता, उत्सुकता, आकर्षण, काहीशी भीती अशा संमिश्र भावनांनी सेमिरा आजवर स्त्री-पुरुष संबंधांकडे पाहत आली होती. त्या विश्वाची ओळख कधी होईल हे तिला ठाऊक नव्हतं. तो क्षण असा अचानक अनाहूतपणे तिच्या समोर येऊन उभा ठाकेल आणि त्याला आपल्याला सामोरे जावे लागेल याची तिला कल्पना नसल्याने ती काहीशी गोंधळून गेली होती. ख्रिसने हळुवारपणे तिला त्या विश्वाची ओळख करून दिली होती. प्रणयाराधनाने आलेल्या ग्लानीत तिला वाटलं की तो तिला समुद्राच्या एका भव्य लाटेवरून नंदनवनाकडे घेऊन जात आहे. हळूहळू ती लाट उंच होत गेली आणि तिने अत्युच्च पातळी गाठल्यावर नंदनवन दिसल्याच्या अनुभूतीने मोहरलेली सेमिरा आपण अनुभवलेले सत्य की स्वप्न या संभ्रमातच निद्राधीन झाली होती.

९

सेमिरा आणि ख्रिस यांचा दिनक्रम पूर्वीप्रमाणेच सुरू होता. हल्ली फक्त एकाच बेडरूमचा वापर होतोय हे चाणाक्ष फैसलच्या नजरेतून सुटलं नव्हतं. त्या दोघांनी लग्न करायचं ठरवलं होतं. ख्रिस सेमिराला सांगत असे की आता हळूहळू दुसरा गट तयार व्हायला लागला आहे. अलीकडे एकदा ते दोघे जेवल्यावर बोलत बसले असता ख्रिस म्हणाला,

"सेमिरा, मला एक सुचवायचं आहे. मी अजून तीन-चार महिन्यांनी स्थलांतर करणारच आहे. तू आत्तापासून तिकडे कशाला जातेस? तिकडे तुला लगेच स्थिरस्थावर होता येईल की नाही हे सांगता येत नाही. तू जर मी तिकडे यायच्या आधी एक दोन आठवडे गेलीस तर तुला आणि मला फार दिवस एकटं राहावं लागणार नाही. माझा तिकडचा मित्र तुझ्या हालचालींची माहिती काढेल. तुला तिथल्या निर्वासित कार्यालयाने निर्वासित दर्जा दिला की त्याची नोंदणी होणारच. त्याच्या आधारे तुझा ठावठिकाणा समजू शकतो. शिवाय तुला पुनर्वसनासाठी तिसऱ्याच देशात पाठवलं तर आपली इटलीमध्ये राहायची योजना बारगळेल."

सेमिराने विचार केला. ख्रिस म्हणतोय ते खरं आहे. आणि आता आपला इथे छान जम बसला आहे. दिनक्रम चांगला चाललाय. आपण युरोपला जायची घाई करण्यापेक्षा ख्रिस म्हणतो तसे अजून तीन-चार महिन्यांनी गेलो तर काही फरक पडणार नाही. उलट ते जास्त सोयीचं होईल. ती ख्रिसला म्हणाली,

"ठीक आहे, मी त्यास तयार आहे; पण एका अटीवर."

"असं? कसली अट?"

"आपण लगेच लग्न करू."

"त्याला माझी काहीच हरकत नाही; पण आपण युरोपमध्ये गेल्यानंतर लग्न करण्याचे काही फायदे आहेत. जेव्हा दोन निर्वासित आश्रय घेतलेल्या देशात लग्न

करतात आणि 'एकाच देशात व्यवसाय करू इच्छितो' असं निर्वासित कार्यालयाला सांगतात तेव्हा त्या दोघांना एकाच देशाचा निवासी व्हिसा मिळवून देण्यासाठी ते प्रयत्न करू शकतात.''

सेमिराने विचार केला. ख्रिस म्हणतोय त्याप्रमाणे तिकडे जाऊनच लग्न केलेलं बरं. एकाच देशाचा निवासी व्हिसा मिळाला नाही तर आपली चुकामूक व्हायची. नव्या देशात काही ओळखीपाळखी नसताना त्याचा शोध लावणं कठीण होऊन जाईल.

पाहता पाहता डिसेंबर महिना उजाडला. डिसेंबरच्या पहिल्या आठवड्यात ख्रिस सेमिराला म्हणाला,

''सेमिरा, मला असं सुचवायचं आहे की तू फेब्रुवारीच्या पहिल्या किंवा दुसऱ्या आठवड्यात स्थलांतर करावं. सध्या युरोपमध्ये थंडीची लाट आली आहे. तिकडे आता खूप गारठा आहे. त्याची सवय नसल्याने तो तुला सोसणार नाही. शिवाय आता नाताळच्या सुट्ट्यांमुळे बरेच लोक काम करत नाहीत. मी फेब्रुवारीच्या अखेरीस तिकडे येईन. मी तिकडे आल्या आल्या आपण लग्न करू.''

''ठीक आहे; पण मी तिकडे गेल्यावर यायला फार वेळ करू नकोस हं,'' सेमिरा म्हणाली.

''मुळीच नाही. आता मलादेखील तुझ्या सहवासाची इतकी ओढ लागून राहत असते की विचारू नकोस!''

१२ फेब्रुवारी, २०१५ या दिवशी सेमिराने अंजामेना सोडायचे ठरले. त्या दिवशी एक गट लिबियाकडे जायला निघणार होता. त्या गटाला युरोपकडे घेऊन जाणारी बोट देखील चांगल्या स्थितीत आहे, असे ख्रिस सेमिराला म्हणाला. सर्वांना सहा जीप्समधून लिबियाच्या किनाऱ्यापर्यंत घेऊन जायचं होतं. त्या दिवशी पहाटे प्रवासास सुरुवात होणार होती. दुसऱ्या दिवशी संध्याकाळपर्यंत जीपचा ताफा छादच्या बारदाई या गावी पोचणार होता. तिथून दोन दिवसांच्या प्रवासानंतर तो लिबियाच्या कातरून या गावी पोचणार होता. ते अंतर जवळजवळ पाचशे किलोमीटर होतं. बारदाईनंतरचा सारा प्रवास सहारा वाळवंटातून होणार होता. कातरूननंतर मुर्झुक आणि साभामार्गे ताफा अबू कामाश या लिबियाच्या उत्तरेकडील समुद्रकिनाऱ्यावरील गावी जाणार होता. त्या जवळजवळ एक हजार किलोमीटर अंतराच्या प्रवासाला तीन दिवस लागायचे. अबू कामाशवरून २० फेब्रुवारीच्या रात्री स्थलांतरितांची बोट इटलीच्या लाम्पुदेसाकडे जाणार होती. त्यासाठी दहा ते बारा तास लागणार होते. प्रत्येकाने फक्त एक लहान बॅग आणि पाण्याच्या दोन बाटल्या जवळ ठेवायच्या होत्या.

जायचा दिवस उजाडला. सेमिरा आणि ख्रिस पहाटे चार वाजताच उठले. एक

जीप पाच वाजता सेमिराला न्यायला येणार होती.

"प्रवास खूप खडतर आहे. रस्ते चांगले नाहीत. शिवाय वाळवंटातल्या उन्हाचा तडाखा जीवघेणा असतो.'' ख्रिस सेमिराला निरोप देताना म्हणाला.

"मला त्याची जाणीव आहे. हा प्रवास आयुष्यात एकदाच करायचा आहे, म्हणून मनाची तयारी केली आहे. तुझी तिकडे वाट पाहते. तुझ्या मित्रामार्फत कधी पोचणार आहेस हे कळवता आलं तर पाहा.'' सेमिरा अश्रुपूर्ण नजरेने म्हणाली.

"मी कळवायचा प्रयत्न करेन.'' ख्रिस म्हणाला. जीप सुरू झाली. सेमिराने ख्रिस दिसेपर्यंत हात हलवून त्याला निरोप दिला. तिच्या प्रवासाच्या अंतिम टप्प्याची सुरुवात झाली होती.

१०

लिबियात फेब्रुवारी २०११मध्ये जनतेने उठाव केला आणि गेली ४२ वर्षे सत्तेवर असलेल्या हकूमशहा मुअम्मर गडाफीला हटवून लोकशाही प्रस्थापित करायची मागणी केली. सैन्यात दुफळी माजली. गडाफी समर्थक आणि बंडखोर यांच्यात युद्ध सुरू झालं. पाश्चात्त्य देशांनी बंडखोरांना पाठिंबा दिला आणि गडाफीच्या नियंत्रणाखालील सैनिकी इमारतींवर हवाई हल्ले सुरू केले. २० ऑक्टोबर, २०११ या दिवशी गडाफी एका चकमकीदरम्यान मृत्युमुखी पडला. बंडखोरांनी आपले सरकार स्थापले; पण संपूर्ण लिबियामध्ये लहान लहान सशस्त्र गटांमध्ये चकमकी होतच राहिल्या. नवे सरकार दुबळे होते. संपूर्ण देशावर त्याचा ताबा नव्हता. देशात अंदाधुंदी होती. तरीदेखील युरोपीय देशांनी समुद्रकिनाऱ्यावर ताबा असणाऱ्या गटांबरोबर बोलणी करून त्यांच्याकडून स्थलांतर थोपविण्यासाठी सहकार्याची विनंती केली होती. अशा गटांना त्यांनी अर्थसाहाय्य दिले होते.

भूमध्य समुद्रातून स्थलांतरितांना युरोपकडे घेऊन जाणाऱ्या चोरट्या बोटी सुस्थितीत नसत. त्या बोटी इतक्या मोठ्या प्रवासासाठी मुळातच अयोग्य होत्या. एखाद्या जुन्या मच्छीमारी बोटीला एक मोटर लावून त्यांचा वापर मानवी तस्करीसाठी केला जायचा. शिवाय अशा बोटींच्या क्षमतेच्या जवळजवळ दुप्पट लोक तिच्यात बसवले जात. भूमध्य समुद्रात दरवर्षी स्थलांतरितांच्या तीन-चार बोटी उलटून पाच-सहाशे लोक मृत्युमुखी पडत; पण त्याच्या भीतीमुळे किंवा किनाऱ्यावरील आणि समुद्रातील गस्तीमुळे स्थलांतर थांबले नव्हते.

अंजामेनाहून आलेल्या जीप्सचा ताफा १९ फेब्रुवारीला संध्याकाळी अबू कामाशला पोचला. सेमिरा सततच्या प्रवासाने खूप थकली होती. दुसऱ्या दिवशी गाडीचा प्रवास नसल्याने तिला आराम करायला मिळणार होता. एका मोठ्या शेडमध्ये त्या सर्वांची राहण्याची सोय केली होती. २०तारखेस सुटणाऱ्या बोटीतून युरोपकडे जाण्यासाठी

अन्य ठिकाणांहून अबू कामाशला बरेच लोक येत असतात, असे ख्रिस म्हणाला होता. अंजामेनाहून आलेल्या जीप्स निघून गेल्या. आता त्या लोकांचा ताबा बोटीने त्यांना घेऊन जाणाऱ्या माणसाकडे होता. त्यांचा प्रमुख होता मुस्तफा. तो लिबियाचाच होता. त्याने सर्वांना सांगितलं, की कोणीही बाहेर पडायचं नाही. पोलिसांची गस्त असते. सर्वांना शेडमध्येच जेवण दिलं जाईल. दुसऱ्या दिवशी रात्री सर्वांनी तयार राहावे.

शेडमध्ये खूप गरम होत होतं. तिला खिडक्या नव्हत्या. वर पत्रा असल्याने आतील लोकांना आपण एखाद्या भट्टीत असल्यासारखं वाटत होतं. बाहेर देखील पडता येत नव्हतं. सारेजण आता युरोपकडे जाण्यासाठी उत्सुक होते. दुसऱ्या दिवशी संध्याकाळपासून ते तयार होऊन बसले. साडेअकरा वाजता त्यांना घेऊन जाण्यासाठी एक बस आली. सारेजण पटपट त्या बसमध्ये जाऊन बसले. बस गावापासून दूर चालली होती. अर्ध्या तासाने ती समुद्राच्या जवळ गेली. एका अंधाऱ्या जागी सर्वांना उतरायला सांगितलं. एक बोट किनाऱ्यापासून दीड-दोनशे फुटांवर उभी होती. लहान पडावांतून लोकांना त्या बोटीकडे घेऊन जायचं काम सुरू होतं. पंधरा-वीस मिनिटांनी सेमिराला पडावात चढायला सांगितलं. पडावात तिच्याबरोबर इतर दहा लोक होते. पडाव वल्हवणाऱ्या माणसाने त्याला बोटीकडे घ्यायला सुरुवात केली. दहा मिनिटांत पडाव बोटीजवळ पोचला. एक माणूस पडावातून आलेल्यांच्या हाताला धरून बोटीत चढण्यासाठी मदत करत होता. बोटीमध्ये लाकडी बाक होते. सेमिरा एका बाकावर बसली. तिच्या शेजारी तिच्याबरोबर अंजामेनाहून आलेल्यांपैकी एक मुलगी व तिशीचा एक तरुण होता. सेमिराने त्याला पूर्वी कधी पाहिलेलं नव्हतं. त्याने सेमिराला अरबी भाषेत विचारलं,

"तू कोठून आली आहेस?"

"एरिट्रिया; पण काही वर्षं सुदानमध्ये होते. नंतर छादमध्ये काही दिवस."

"हो, सुदानच्या सरकारला भरपूर पैसे मिळू लागल्यावर त्यांनी सुदान-लिबिया सीमा सीलबंद केली."

"तुला बरीच माहिती दिसते. तू कुठून आला आहेस?"

"मी निजरचा आहे; पण गेली सहा वर्षं लिबियात काम करत होतो. काम फक्त युरोपला जाता यावं म्हणून पैसे साठवण्यासाठी. मी स्थलांतराविषयी खूप माहिती काढली आहे. इंटरनेटवरदेखील वाचायचो. माझं नाव सुलेमान."

"तू कसलं काम करायचास?"

"मी एका कारखान्यात स्टोअरकीपर होतो."

"आपल्याला इटलीला पोचायला किती वेळ लागेल?" सेमिराने सुलेमानला

विचारलं.

"साधारणपणे दहा-बारा तास; पण समुद्र खवळलेला असला तर जास्त वेळ लागू शकतो. शिवाय..." सुलेमान मध्येच बोलायचा थांबला.

"शिवाय काय?" सेमिराने विचारले.

"काही नाही. कधी कधी काही बोटी चांगल्या स्थितीत नसल्या तर पलटतात देखील; पण मी खूप दिवस जरा बऱ्यापैकी बोट जाण्याची वाट पाहत होतो. बऱ्याच बोटींची इंजिनं मध्येच बंद पडतात, काही तस्कर, लोकांना इंजिन नसलेल्या बोटींमध्ये चढवतात आणि लाटांवर सोडून देतात."

"अरे बाप रे, हे तर फारच झालं. आणि ते देखील भरपूर पैसे घेऊन."

"तुझ्याकडून किती घेतले?" त्याने विचारले.

"दीड हजार डॉलर्स."

"छादपासून तेवढे ठीक आहेत. मी लिबियात होतो म्हणून माझ्याकडून फक्त पाचशे डॉलर्स घेतले. मुस्तफा त्यातल्या त्यात बरा आहे. काही बोटींमध्ये लोकांना बसायला खाली बंद कप्पे केले आहेत. त्यात खूप लोक ठासून भरतात. कधी कधी लाटा उसळल्या तर बोटीतून लोक पाण्यात पडून वाहून गेल्याची उदाहरणंदेखील आहेत."

हे ऐकल्यावर सेमिराने नकळत आपला बाक घट्ट धरून ठेवला. तिने विचार केला की ख्रिसने आपल्याला चांगल्या बोटीची वाट पाहायला सांगितलं हे खरंच चांगलं झालं.

एक तासाने बोट भरली. तिच्यात जवळजवळ दोनशे लोक होते. सर्वांच्या चेहऱ्यावर उत्सुकता, भीती, मुक्तता असे संमिश्र भाव होते. बोट सुरू झाली व हळूहळू किनाऱ्यापासून दूर जाऊ लागली. अंधारात किनाऱ्यावरील काही घरं, टेकड्या आणि झाडी दिसत होती. ती हळूहळू लहान होत गेली. बोट उत्तरेकडे निघाली होती. पाणी संथ होते; पण बोट जसजशी पुढे जाऊ लागली तसतशा लाटा वाढू लागल्या. बोट हेलकावू लागली. बोट चालवणारा, म्हणजे एका अर्थी 'कप्तान', सर्वांना म्हणाला की पुढे अजून खूप मोठ्या लाटा असणार आहेत. मधूनच एखादी मोठी लाट बोटीवर आदळत होती आणि बोट जोराने हेलकावत होती. असं झाल्यावर काही लोक ओरडत होते. काहींना बोट लागत होती. त्यामुळे ते ओकाऱ्या करत होते. लहान मुलं रडत होती. बोटीला टॉयलेट असं नव्हतंच, फक्त एका बाजूला एक आडोसा केलेला. सेमिरा त्या वातावरणाने आणि बोटीच्या हेलकावण्यामुळे वैतागून गेली; पण तिने मन घट्ट केलं होतं.

बोट सुटून दोन तास झाले होते. अजून ती लिबियाच्या सागरी हद्दीतच होती. इतक्यात बोटीच्या समोरून दोन मोटरबोटी समुद्रात फिरताना दिसू लागल्या. त्यांना

प्रखर दिवे होते. त्यांच्यावर सर्च लाइट्स होते आणि ते साऱ्या बाजूला फिरत होते. एका मोटरबोटीच्या सर्च लाइटचा प्रखर झोत स्थलांतरितांच्या बोटीवर पडला. तो काही वेळ तसाच राहिला. लगेचच त्या दोन्ही मोटर बोटींची दिशा बदलली गेली व त्या त्यांच्याकडे येऊ लागल्या. ते पाहताच कप्तान घाबरून गेला. तीन-चार मिनिटांत त्या दोन्ही मोटरबोटी त्यांच्याजवळ आल्या. त्या लिबियातील गस्त घालणाऱ्या बोटी होत्या. त्यांच्यावर 'लिबिया सागरी गस्त पथक' असं अरबी भाषेत लिहिलं होतं. त्यांच्यापैकी एका मोटरबोटीवरील एका अधिकाऱ्याने कप्तानास बोट त्रिपोली बंदराकडे घ्यायला सांगितले. त्यांना पाहताच स्थलांतरित एकमेकांत बोलू लागले. 'आता पुढे काय' हा प्रश्न सर्वांना पडलेला. सुलेमान म्हणाला, की आता आपल्याला पुन्हा लिबियाला घेऊन जाणार. सेमिराने त्याला विचारलं,

"आपण मग दुसऱ्या बोटीने इटलीला जायचं?"

"दुसरी कोणती बोट?"

"मुस्तफाला सांगितलं की असं असं झालंय, तर तो सोय करणार नाही?" सेमिराने विचारलं.

"मुळीच नाही. तू तर एखाद्या मोठ्या प्रवासी कंपनीने युरोपला निघाली आहेस अशा आविर्भावात बोलत आहेस! अगं, हा सगळा मामला चोरीचा आहे. आपलं दुर्दैव हे की आपल्या बोटीला गस्त घालणाऱ्या पथकानं पकडलं. युरोपीय देशांनी इकडच्या सरकारांना भरपूर पैसे देऊन स्थलांतर थोपवायला सांगितलं आहे."

"आता लिबियात गेल्यावर काय करतील?"

"तुरुंगात देखील टाकतील! आता इटली आणि युरोप विसरायचं. निदान सध्या तरी. पुन्हा बेकायदेशीर मार्गाने जायचं असेल तर जाता येईल."

हे ऐकल्यावर सेमिराचे हातपाय गळले; पण लगेच तिला ख्रिसची आठवण झाली. तो नक्कीच काहीतरी मार्ग काढेल याची तिला खात्री होती. आपली बोट गस्त घालणाऱ्या पथकाने अडवली व पुन्हा किनाऱ्यावर आणली हे त्याला समजेल. बोट किनाऱ्याच्या दिशेने जात होती. गस्त घालणाऱ्या मोटरबोटींपैकी एक त्या बोटीच्या उजव्या बाजूने तर दुसरी डाव्या बाजूने जात होती. दूरवरून त्रिपोली बंदरातले आणि शहरातले दिवे दिसू लागले. हळूहळू बंदर जवळ आले. गस्ती पथकाने वायरलेस रेडिओ संदेश पाठवून 'मानवी तस्करी करणारी बोट पकडली आहे' असे त्यांच्या सहकाऱ्यांना कळवले होते. त्यामुळे बंदरात पोलिसांच्या गाड्या येऊन थांबल्या होत्या.

बोट धक्क्याला लागल्यावर सर्वांत आधी पोलिसांनी कप्तानाला अटक केली. नंतर बोटीतील सर्वांना पोलिसांच्या व्हॅन्समध्ये बसवले. पोलिसांच्या सर्व गाड्या त्रिपोलीच्या अबू सलीम तुरुंगाकडे गेल्या. तिथे गेल्यावर महिलांना एका बाजूला

आणि पुरुषांना दुसऱ्या बाजूला उभे राहायला सांगितले. तुरुंगाचे गार्ड्स त्यांना त्यांच्या कोठड्यांकडे घेऊन गेले. सेमिरा तुरुंगातले वातावरण पाहून भेदरून गेली होती. सर्वत्र दुर्गंधी पसरली होती. प्रत्येक कोठडीमध्ये तिच्या क्षमतेपेक्षा कितीतरी पटीने जास्ती माणसे भरली होती. उष्णतेने अंगातून घामाच्या धारा वाहत होत्या. आपण स्वप्ने कशाची पाहिली आणि प्रत्यक्षात काय वाट्याला आले, असा विचार करत सेमिरा कोठडीच्या फरशीवर डोक्याला हात लावून बसली. ख्रिसला पोलिसांनी बोट पकडून आपल्याला तुरुंगात टाकले आहे, हे समजल्यावर तो आपल्या सुटकेसाठी प्रयत्न करेल अशी सेमिराला आशा होती. एव्हाना पहाट झाली होती. बसल्या बसल्या तिचा डोळा लागला.

सकाळी एक पोलीस अधिकारी प्रत्येक कोठडीकडे जाऊन त्यांना सांगत होता, की त्या लोकांवर लिबियामध्ये बेकायदेशीर मार्गाने प्रवेश केल्याबद्दल गुन्हा दाखल केला जाणार आहे. गुन्हा कबूल केला तर दोन महिने तुरुंगवास होईल आणि तो संपल्यावर ज्या देशातून लिबियाला आले त्या देशात नेऊन सोडण्यात येईल. युरोपीय देशांकडून लिबियाच्या सरकारला अशा कारवाईसाठी अर्थसाहाय्य मिळत होते. स्थलांतर करू इच्छिणारे सर्वजण बेकायदेशीर मार्गाने लिबियामध्ये आले असल्याने त्यांना गुन्हा कबूल करणे भाग होते. दोन महिने तुरुंगवास होणार, हे समजल्यावर सेमिरा हवालदिल झाली. मार्चच्या पहिल्या आठवड्यात ख्रिस युरोपला जायचे ठरवत होता. तसे झाले तर तो तिकडे आणि आपण इकडे, या विचाराने ती कासावीस झाली. ख्रिसला आपण कोठे आहोत हे कळविणे देखील शक्य नव्हते. आपल्या नशिबाला दोष देत ती गप्प बसून राहिली.

पकडलेल्या साऱ्या लोकांना न्यायालयात घेऊन जाण्यापेक्षा एका न्यायाधीशांनाच तुरुंगाकडे आणले जायचे. सर्वांची यादी तयार केली जायची आणि त्यांनी लिबियामध्ये आपण बेकायदेशीर मार्गाने येऊन लिबियाच्या इमिग्रेशन कायद्याचा भंग केल्याचे कबूल केले आहे, असे सांगितले जायचे. त्या सर्वांना दोन महिन्यांच्या तुरुंगवासाची शिक्षा दिली आहे, असा आदेश काढून न्यायाधीश निघून जायचे. हा देखावा केवळ युरोपीय देशांना, स्थलांतरितांच्या विरुद्ध रीतसर गुन्हा दाखल करून प्रत्येकाच्या खटल्याची सुनावणी करण्यात आली होती, आणि त्यांचा अपराध न्यायालयात सिद्ध करण्यात आला होता, असे भासवण्यासाठी केला जायचा.

तुरुंगातील परिस्थिती भयावह होती. अस्वच्छ वातावरण, पाण्याची कमतरता, तुंबलेले सामुदाईक संडास, अपुरी जागा, निकृष्ट अन्न, रोगराई, रात्रंदिवस घोंगावणारे डास, दया-माया नसलेले सुरक्षा कर्मचारी यामुळे तेथे राहणे म्हणजे एक दिव्यच होते. सेमिरा विचार करू लागली की आपण या तुरुंगातून जिवंतपणे बाहेर पडू की नाही. आजपर्यंत तिचे जीवन फारसे आरामदायी नसले तरी ती स्वच्छ वातावरणात

राहिली होती, खाणे-पिणे निकृष्ट नव्हते आणि अंगावर स्वच्छ धुतलेले कपडे असायचे. ती एकेक दिवस मोजू लागली. तिला अजूनही आशा होती, की ख्रिसला बोटीचे काय झाले आहे हे समजल्यावर तो तिची सुटका करण्यासाठी येईल.

११

सेमिरा आणि इतरांना तुरुंगात येऊन तीन आठवडे झाले होते. एव्हाना ती तिथल्या वास्तव्यामुळे रडकुंडीला आली होती. अशातच तिला सकाळी मळमळून उलट्या होऊ लागल्या. सुरुवातीस तिला वाटलं की तुरुंगातील दुर्गंधीमुळे तसे होत असेल; पण नंतर तिला जरा वेगळीच शंका येऊ लागली. कोठडीतील एका पन्नाशीच्या बाईच्या ते लक्षात आलं. तिने तिला बाजूला घेऊन विचारलं,

"तुझा कोणाशी संबंध आला होता का?"

"संबंध? कसला संबंध?"

"अगं, पुरुषाशी संबंध आला होता का? तू काय लहान आहेस आता मी काय म्हणते ते न समजायला?"

सेमिराच्या डोक्यात प्रकाश पडला. सेमिराने होकारार्थी उत्तर दिल्यावर त्या बाईने तिला अजून काही प्रश्न विचारले. शेवटी ती म्हणाली,

"मला तरी वाटतं की तुला दिवस गेले आहेत. कोण आहे तो?"

"माझा प्रियकर. आम्ही लग्न करणार आहोत."

सेमिरा असं म्हणाली खरी; पण ख्रिस आता या क्षणी कोठे असेल हे देखील तिला ठाऊक नव्हतं. आपण कदाचित आई होणार आहोत, या विचाराने तिच्या मनात संमिश्र भावना दाटून आल्या. आज ख्रिस जवळ असता तर तो खूप आनंदून गेला असता. आपल्याला देखील या गोष्टीचा आनंद झाला असता. आपलं स्वतःचं कुटुंब असावं, असं आपल्याला वाटतच होतं. ख्रिसच्या रूपाने आयुष्याचा साथीदार आणि आता मातृत्वाची चाहूल या घटना आनंददायी ठरल्या असत्या; पण आपण येथे या नरकात खितपत पडलो आहोत आणि ख्रिसचा तर पत्ताच नाही. शिवाय आपलं स्वतःचं भवितव्य अजूनही अंधारातच आहे.

सेमिरा भवितव्याच्या अनिश्चिततेमुळे पार खचून गेली होती. तिला दिवस

गेल्यामुळे अधिकच गुंतागुंत झाली होती. वेळ जाता जात नव्हता. एक दिवस एका आठवड्यासारखा वाटायचा. तुरुंगात आल्यापासून सेमिराचं वजन घटलं होतं. तिथे जेवणासाठी एखादी अरबी रोटी आणि त्याच्याबरोबर काहीतरी द्यायचे. जेवण बेचव असलं तरी पोटात वाढणाऱ्या जीवासाठी ती जे मिळेल ते खायची.

असेच दिवस निघून गेले. दोन महिने संपले; पण त्यांना सोडून द्यायची काही चिन्हं दिसेनात. सेमिराने एका गार्डला विचारलं,

''आमच्या शिक्षेची मुदत संपली आहे. आम्हाला केव्हा सोडून देणार आहेत?''

''तुम्ही इकडे ज्या देशांतून बेकायदेशीररीत्या आलात त्या देशांना तुम्हाला घेऊन जायचं आहे. त्यासाठी वाहनांची सोय व्हायची आहे. ती झाली की तुम्हाला घेऊन जातील.''

''ती केव्हा होईल?''

''होईल तेव्हा होईल! हे लिबिया आहे, इटली नाही! म्हणे केव्हा होईल!'' तो गार्ड कुत्सितपणे हसत म्हणाला आणि निघून गेला. त्याचा खुलासा ऐकून सेमिरा अधिकच काळजीत पडली.

त्यानंतर आठ दिवसांनी एक जेलर सर्व कोठड्यांकडे गेला व स्थलांतरित कैद्यांना म्हणाला,

''उद्या सकाळी तुम्हाला इथून निघायचं आहे. सकाळी आठ वाजता तुम्हाला न्यायला गाड्या येतील.''

हे ऐकताच सर्वांचा जीव भांड्यात पडला. सुटका कधी होणार याची अनिश्चितता संपली. अर्थात त्या सर्वांच्या समोरील भवितव्याची अनिश्चितता तशीच होती; पण सध्याच्या नरकवासातून सुटका होणार या शक्यतेने त्यांना बरे वाटले.

दुसऱ्या दिवशी सकाळी साडेआठ वाजता सर्वांना तुरुंगाच्या भव्य पटांगणात एकत्र जमवले. त्यानंतर ते ज्या देशांमधून लिबियाला आले त्यानुसार त्यांना विभागले गेले. त्यांच्यात इजिप्त, ट्युनिशिया आणि छाद या देशांमधून आलेल्यांचा भरणा अधिक होता. इजिप्त आणि ट्युनिशिया या लिबियाच्या शेजारी देशांमध्ये मानवी तस्करी करणाऱ्या बऱ्याच टोळ्या होत्या. त्या देशांमध्ये देखील आफ्रिकेच्या इतर देशांमधून स्थलांतरित जायचे. लिबियाच्या सरकारवर सर्व कैद्यांना त्यांच्या देशात नेऊन सोडायची जबाबदारी नव्हती. त्यांच्या बेकायदेशीर प्रवासाच्या मार्गातील शेवटच्या देशात सोडले की ते रिकामे होणार होते. नंतर अशा शेवटच्या देशांनी त्या लोकांचे काय करायचे हे ठरवायचे होते. तुरुंगात डांबण्यापासून ते ज्या देशातून तेथे पोचले त्या देशात त्यांना पाठविण्यापर्यंत असे देश काहीही करू शकत होते. सेमिराला परत छादला जाणे भाग होते. सर्वसाधारणपणे अशा लोकांना छादच्या सीमेवर नेऊन सोडले तरी लिबियाची जबाबदारी संपत होती; पण युरोपीय देशांनी

त्यांना राजधानीच्या ठिकाणी सोडून यावे अशी विनंती केली होती. कदाचित त्यांना थोडीफार माणुसकी दाखवायची असावी. सेमिरा आणि अन्य साठ लोकांना दोन बसेसमधून अंजामेनाला नेण्यात येणार होते. त्रिपोलीपासून त्या प्रवासास सात ते आठ दिवस लागतील असे त्यांना सांगितले.

अंजामेनाहून लिबियाच्या किनाऱ्याकडे जाताना सेमिराने तो प्रवास किती खडतर आणि त्रासदायक आहे हे अनुभवले होते. त्यावेळी तिच्या मनात विचार आला होता की, प्रवास त्रासदायक असला तरी हरकत नाही, आयुष्यात एकदाच करायचा आहे. पुन्हा तोच प्रवास करायचा प्रसंग आपल्यावर येईल असं तिला मुळीच वाटलं नव्हतं. अंजामेनाकडे जाणाऱ्या दोन्ही बसेस नऊ वाजता सुटल्या. त्या जुनाट आणि खिळखिळ्या झालेल्या होत्या. शहराबाहेरील काही रस्ता सुस्थितीत होता; पण जेव्हा तीन तासांनी बसेसनी मिझ्दा सोडले, तेव्हा खराब रस्ता सुरू झाला. त्यावेळी बसमध्ये हादरे जाणवू लागले. शिवाय रस्ता कच्चा असल्याने वालुकामय धुळीचे लोट बसमध्ये येत होते. त्यात हवेतील उष्मा. त्यामुळे पहिल्याच दिवशी सारेजण थकून गेले.

१५ एप्रिलला संध्याकाळी सहाच्या सुमारास दोन्ही बसेस अंजामेनाला पोचल्या. सर्वजण कमालीचे थकले होते. सेमिराच्या अंगात त्राण नव्हते. दोन्ही बसेस अंजामेनाच्या मध्यवर्ती भागातील भव्य मशिदीसमोरील चौकात थांबल्या. सर्वजण खाली उतरले. सेमिरा आपली लहान बॅग घेऊन उतरली. आता पुढे काय करायचं, याचा ती गेले चार दिवस विचार करत होती. काही झालं तरी तिला ख्रिसला शोधायचं होतं. एकदा बोलता बोलता तो म्हणाला होता, की पिसाच्या रेल्वे स्टेशनसमोर त्याच्या एका नायजेरियन मित्राचं दुकान आहे. ख्रिस जर युरोपला गेला असेल तर तो नक्कीच इटलीला जाणार आणि सुरुवातीस त्याच्या पिसा येथील मित्राकडे राहणार; पण फक्त एवढ्याच माहितीच्या आधारे त्याच्यापर्यंत आपला निरोप कसा पोचवायचा, हे तिला समजत नव्हतं. कदाचित फैसलकडे त्याचा पत्ता असावा, असं तिला वाटलं; पण ख्रिसने व्यवसाय बंद केला असला तर फैसलला कसं शोधायचं याचा ती विचार करू लागली. तिच्या लक्षात आलं की ख्रिसच्या घरासमोरील किराणा मालाचा दुकानदार सुहेल, फैसलचा मित्र आहे. तिच्याकडे जे काही डॉलर्स होते, त्यातले काही तिने मध्य आफ्रिकी फ्रँक्समध्ये बदलून घेतले आणि 'फार्चा'कडे जाणारी बस पकडली.

बस स्टॉपपासून सहा-सात मिनिटे चालत ती ख्रिसच्या घराजवळ पोचली. घराला कुलूप होतं. घरासमोरच्या दुकानात सुहेल होता. ती त्याच्याकडे गेली आणि म्हणाली,

"सलाम-आले-कुम, सुहेल. कसा आहेस तू?"

"आले-कुम-सलाम, कोण सेमिरा? इतकी कशी खराब झाली आहेस? आणि तू तर युरोपला गेली होतीस ना?"

"जायचा प्रयत्न केला, सुहेल; पण लिबियाच्या सागरी गस्त घालणाऱ्या पोलिसांनी आमच्या बोटीला अडवलं आणि माघारी घ्यायला लावलं. दोन महिने लिबियातल्या तुरुंगात होते."

"अरेरे, फार वाईट झालं. बरं, खूप दमलेली दिसतेस, आत ये, बैस. तुला स्प्राईट देतो." असं म्हणून त्याने छोट्या फ्रिजमधली स्प्राईटची बाटली काढून सेमिराला दिली. तिने ती उघडून चार घोट घेतले. ती दुकानाच्या आतील एका स्टूलवर बसली.

"फैसल तुझ्याकडे अजून येतो?"

"अर्थातच. रोज दुपारी पूर्वीसारखाच येतो."

"पण ख्रिसने व्यवसाय बंद केल्यापासून तो काय करतोय? मला त्याला भेटायचं आहे."

"ख्रिसने व्यवसाय बंद केल्यापासून? काय बोलतेस तू? ख्रिसचा व्यवसाय तर पूर्वीसारखाच चालू आहे!"

"म्हणजे? ख्रिस युरोपला गेला नाही?"

"छे, छे, ख्रिस इथेच आहे. आत्ता येईल थोड्या वेळात नदीवरून!"

हे ऐकताच सेमिराचा चेहरा खुलला. तिला वाटलं, कदाचित त्याला समजलं असेल की मी युरोपला जाऊ शकले नाही, म्हणून तो माझी वाट पाहत येथेच राहिला असणार!

"आता मी निर्धास्त झाले! त्याला कधी एकदा भेटतेय असं झालंय मला."

त्यावर गंभीर झालेला सुहेल सेमिराला म्हणाला,

"तू त्याला न भेटलेलं बरं."

आपण काय ऐकलं यावर विश्वास न बसलेली सेमिरा म्हणाली,

"असं का म्हणतोस, सुहेल?"

"सेमिरा...हल्ली ख्रिसबरोबर दुसरी मुलगी राहतेय!"

"अरे, तू काय बडबडतो आहेस? माझी अशी चेष्टा करू नकोस. थांब, त्याला येऊ दे, मग सांगते त्याला तू काय म्हणत होतास ते!"

तरीही गंभीर असलेला सुहेल म्हणाला,

"सेमिरा, थोडा वेळ थांब आणि प्रत्यक्ष पाहा. मगच तुझा विश्वास बसेल."

सेमिराचा अजूनही सुहेलवर विश्वास बसत नव्हता; पण ज्या गंभीरपणे तो तिला ख्रिसविषयी सांगत होता, त्यावरून तिला भीती वाटू लागली, की खरंच तसं काही घडलं आहे की काय!

साडेसात वाजत आले. सुहेल रस्त्यावर लक्ष ठेवून होता. त्याने दुरून ख्रिसला येताना पाहिलं. त्यावर तो सेमिराला म्हणाला,

"पाहा, तो येतोय."

सेमिरा जिथे बसली होती तिथून तिला दुरून चालत येणारा ख्रिस दिसत होता. त्याच्या हातात हात घालून हसत-खिदळत येणारी एक तरुणी दिसत होती. विस्फारलेल्या डोळ्यांनी काहीही न बोलता सेमिरा त्या दोघांकडे टक लावून पाहत होती. बाहेरून ती बसलेली जागा दिसत नव्हती. ते दोघे चालतचालत जवळ आले. सुहेल काहीतरी हिशोब करत असल्याचे नाटक करत सेमिराला आडवा उभा होता. त्याच्या आडून तिला ते दोघे स्पष्ट दिसत होते. ती तरुणी सावळी असली तरी लयबद्ध, आकर्षक बांध्याची होती. सेमिरापेक्षा थोडी उंच वाटत होती. चेहऱ्यावरून मध्य आफ्रिकेतील एखाद्या देशाची वाटत होती. ते दोघे घरात गेल्यावर त्या तरुणीने दार लावून घेतले. त्यासरशी सेमिरा उठली आणि सुहेलला म्हणाली,

"मी चाललेय त्याला जाब विचारायला!"

सुहेलने तिला थांबवायचा प्रयत्न केला; पण ती दुकानाच्या बाहेर पडली होती. तिने पटकन रस्ता ओलांडला आणि ख्रिसच्या दाराची कडी वाजवली. काही सेकंदांतच दार उघडलं गेलं. त्या तरुणीने दार उघडलं आणि प्रश्नार्थक नजरेने सेमिराकडे पाहत अरबीमध्ये विचारलं,

"कोण पाहिजे?"

त्यावर सेमिरा म्हणाली,

"मला ख्रिसला भेटायचं आहे."

ती काही बोलणार इतक्यात आतून ख्रिसने विचारलं,

"कोण आहे, जिनी?"

"एक मुलगी आहे, तुला भेटायचं म्हणतेय."

आतून ख्रिस दारात आला. त्याला पाहताच सेमिराला रडू फुटलं; पण मख्ख चेहऱ्याने ख्रिस म्हणाला,

"काय काम आहे? कोण आहेस तू?"

"ख्रिस, हे तू मला विचारतो आहेस? अरे, मी तुझ्या मुलाची आई होणार आहे!" सेमिराला वाटलं की ते समजल्यावर त्याच्या डोक्यात प्रकाश पडेल; पण त्याचा त्याच्यावर काहीही परिणाम झाला नाही. ती तरुणी त्याच्यामागे येऊन उभी राहिली होती. ख्रिस तिला उद्देशून म्हणाला,

"हिच्या डोक्यावर परिणाम झालेला दिसतोय. मी हिला ओळखत नाही. कदाचित एखाद्या गटाबरोबर युरोपकडे पाठवलं असेल; पण मी सगळ्यांना कसं लक्षात ठेवणार? चल, दार लावून घेऊ." असं म्हणून त्याने दार बंद केलं आणि

आतून कडी लावली. सेमिराने "ख्रिस, दार उघड, दार उघड..." असं म्हणत दारावर थापा मारल्या. त्यावर आतून ख्रिसचा आवाज आला,

"तू चालती हो. नाहीतर मला पोलिसांना फोन करावा लागेल!"

हे ऐकताच सेमिराला मूर्च्छा आली आणि ती दारातच खाली पडली.

१२

जेव्हा सेमिराने डोळे उघडले तेव्हा सर्वप्रथम तिला समजेना की ती आहे कोठे. ती अंथरुणावर होती आणि खोलीच्या एका बाजूला खिडकी होती. खिडकीबाहेर उजेड दिसत होता. ती उठून बसली. आपण कोणाच्या घरी आहोत हे तिला समजेना. इतक्यात एक बाई तिच्याजवळ आली आणि म्हणाली,

"बरं वाटतंय तुला? थांब, पाणी आणते." ती जाणार इतक्यात सेमिराने तिला विचारलं,

"तुम्ही कोण, आणि मी कोठे आहे?"

"मी सुहेलची बायको, बेनाफसीर. सुहेल नदीवर अंघोळीला गेलाय, येईल इतक्यात. तुझ्यासाठी चहादेखील आणते. बाहेर बाथरूम आहे, तू जाऊन तोंड धुऊन ये."

सेमिराला हळूहळू थोड्या गोष्टी आठवू लागल्या. ख्रिसने आपल्याला दारातून हाकलून लावलं हे देखील तिला आठवलं. ती उठून बाथरूमकडे गेली आणि तोंड धुऊन आली. घराला फक्त दोनच खोल्या होत्या. घरात मूलबाळ दिसत नव्हतं. बेनाफसीरने चहा आणला होता. इतक्यात सुहेल आला. त्याने सेमिराला पाहताच विचारलं,

"सेमिरा, तू ठीक आहेस ना?"

"हो, पण बऱ्याच गोष्टी आठवत नाहीत."

"सांगतो. तू काल संध्याकाळी ख्रिसच्या घराकडे गेलीस तेव्हापासून मी तुझ्यावर लक्ष ठेवून होतो. त्याने दार लावून घेतल्यावर तू त्याला दार उघड असं म्हणत होतीस; पण त्याने उघडलं नाही. त्याच वेळी तू दारात चक्कर येऊन पडलीस. मी आणि रस्त्यावरच्या एका बाईने तुला उचलून दुकानात आणलं. मी लगेच बेनाफसीरला फोन करून बोलावून घेतलं. ती तुला घरी घेऊन आली. तुला आत्ताच जाग आली असं दिसतंय."

"तुझे आभार कसे मानू, सुहेल? तू नसतास तर माझं काय झालं असतं देव जाणे!"

"सेमिरा, ख्रिस गेली चार वर्षं त्या घरात राहतोय. प्रत्येक वर्षी तो तीन-चार मुलींना गोड बोलून फितवतो, आणि दोन-तीन महिने त्यांचा उपभोग घेतो. त्याच्या भूलथापांना बळी पडण्यापूर्वी तो त्यांच्याशी अगदी सभ्य गृहस्थासारखा वागतो. एकदा त्या त्याच्या जाळ्यात अडकल्या, की मग त्यांना खोटी वचनं देऊन नंतर त्यांना युरोपकडे जाणाऱ्या गटाबरोबर पाठवून देतो. आपण लग्न करू, मी देखील युरोपला स्थलांतर करणार आहे, अशी आश्वासनं देतो. त्याला नवनवीन मुलींचा सहवास हवा असतो."

"पण सुहेल, तू मला कधी सावध केलंच नाहीस."

"कसं करणार? त्याच्या दोन्ही तात्पुरत्या निवाऱ्यांसाठी मी किराणा माल पुरवतो. मी तुला त्याच्याबद्दल सांगितलं आहे हे त्याला समजलं असतं तर माझी पंचाईत झाली असती. फैसल दर महिन्याच्या पहिल्या तारखेस सारं सामान घेऊन जात असतो."

"तुला त्याचे हे उद्योग कसे कळले?"

"फैसलनेच सांगितले; पण तू, मी असं काही तुझ्याजवळ बोललो आहे असं त्याला सांगू नकोस, नाहीतर मी अडचणीत येईन."

"मुळीच नाही. आणि आता मला त्याचं तोंड पाहायची इच्छा नाही; पण..." असं म्हणून सेमिरा ओक्साबोक्शी रडू लागली.

"सेमिरा, आता तुला सावरलं पाहिजे. जे झालं तो एक कटू अनुभव होता म्हणायचं आणि पुढे चालायला लागायचं."

"ते मी केलं असतं, सुहेल; पण मी त्याच्या मुलाची आई होणार आहे रे!"

"अरे बाप रे, ही तर चांगलीच गुंतागुंत झाली म्हणायची."

"होय ना, मी त्याच्या भूलथापांना बळी पडले आणि आता पस्तावायची वेळ आली आहे. माझी सारी स्वप्नं धुळीला मिळवली या नराधमाने."

"विकृत आहे तो! मागे एकदा फैसलला म्हणत होता की स्थलांतर करणाऱ्या मुलींना गरोदर करून युरोपकडे पाठवत राहीन, म्हणजे मी कधी काळी युरोपला जाऊन स्थाईक झालो तर तिथल्या प्रत्येक देशात माझं एखादं-दुसरं मूल असेल!"

"काय नीच प्रवृत्तीचा निघाला हा! कुठे पाप फेडेल कोण जाणे!"

"बरं ते जाऊ दे, तू आता काय करायचं ठरवलं आहेस?"

"मला तर काहीच सुचत नाही; पण निर्वासित कार्यालयात जाऊन काय म्हणतात पाहते."

"मलादेखील तोच एक मार्ग दिसतोय."

"आजच तिकडे जाते."

"ठीक आहे, काही लागलं तर ये परत."

"सुहेल, तू भावासारखा माझ्या मदतीला धावून आलास, हे मी कधीच विसरणार नाही!"

सुहेल दुकानाकडे निघून गेला.

"सेमिरा, तू अंघोळ करून घे. माझा एक जुना थोब तुला देते, तू घेऊन जा. मी पाहिलं, तुझे सारे कपडे जीर्ण झाले आहेत."

"ठीक आहे, आलेच मी अंघोळ करून."

बेनाफसीरने जेवण तयार झाल्यावर सेमिराला वाढलं. खूप दिवसांनी घरचं जेवण जेवायला मिळाल्यामुळे ती व्यवस्थित जेवली.

त्या दिवशी दुपारी सेमिरा निर्वासित कार्यालयात रेमा बुस्तानी यांना भेटायला गेली. सेमिराने त्यांना गेल्या पाच-सहा महिन्यांतील साऱ्या घडामोडी काहीही न लपवता सांगितल्या. अतिशय सहानुभूतीपूर्वक त्यांनी सेमिराची शोकान्तिका ऐकली. त्यांनी काही नोंदी करून घेतल्या. तिचं कथन ऐकून झाल्यावर त्या म्हणाल्या,

"तुझी केस खूप गुंतागुंतीची झाली आहे. तुला लिबियाहून जबरदस्तीने छादला पाठवलं आहे या कारणास्तव आमच्या कार्यालयाकडून काही मदत देता येईल का हे मला पाहायला हवं. मी असं करते, तुझी केस आमच्या नैरोबी येथील विभागीय कायदा सल्लागारांकडे त्यांच्या सल्ल्यासाठी पाठवते. त्यांचं उत्तर यायला साधारणपणे आठ दिवस लागतील. तोपर्यंत तू आमच्या निवारा केंद्रात राहू शकतेस. जोपर्यंत वादग्रस्त प्रकरणांचा निकाल लागत नाही, तोपर्यंत आम्ही अशा व्यक्तींना मदत करतो."

"पण माझ्या बाबतीत पुढे काय होऊ शकतं?"

"ते मी खात्रीशीरपणे सांगू शकत नाही; पण एक सांगू शकते, की तुला एरिट्रियाला जबरदस्तीने पाठवलं जाणार नाही; कारण तू बेकायदेशीर मार्गाने एरिट्रिया सोडून गेली होतीस या कारणास्तव तुझ्यावर गुन्हा दाखल करून तुला कित्येक वर्षं तुरुंगात टाकतील. दुसरं म्हणजे तुला लिबियाला पाठवलं जाणार नाही. मला आमच्या कायदा सल्लागारांकडून ही माहिती हवी आहे की तुला आम्ही इथे ठेवून मदत करू शकतो, की तुला सुदानला पाठवावं लागेल."

"ठीक आहे. मी तुमची खूप आभारी आहे."

मिसेस बुस्तानींनी सेमिराला निवारा केंद्राकडे पाठवलं. तिथे वफा होतीच. आयूम देखील होता. आपण अगदीच रस्त्यावर आलो नाही, म्हणून देवाचे आभार मानून सेमिरा निवाऱ्यात स्थिरावली; पण तिच्या मनातील भवितव्याची अनिश्चितता तिला पूर्वीसारखीच भेडसावत राहिली.

१३

स्पेनची राजधानी माड्रिडमधील 'प्लाझा मेयोर' हे ठिकाण माड्रिडवासीयांचे अतिशय आवडीचे. पंधराव्या शतकात ते माड्रिडचे मार्केट होते. त्यावेळी त्याला 'प्लाझा डेल अराबल' असं म्हटलं जायचं. आयताकृती प्लाझाच्या उत्तरेला 'कासा दि ला पानारिया' ही सांस्कृतिक कार्यालयाची इमारत आणि तिच्या दोन्ही बाजूंना आणि समोर तिच्या सारख्याच, एकाच पद्धतीने बांधलेल्या आणि एकाच रंगाच्या इमारती असल्याने त्या ठिकाणाला एक वेगळाच गोडवा आला होता. त्या प्लाझाच्या बरोबर मध्यावर तिसऱ्या किंग फिलीपचा अश्वारूढ पुतळा होता. प्लाझाच्या आतील बाजूस काही उपाहारगृहे होती.

प्लाझाच्या पश्चिमेला 'बिको द झेयादो' हे आइस्क्रीम पार्लर होते. त्याच्या खुर्च्या पार्लरसमोर प्लाझाच्या बाजूला मांडलेल्या. दिन्हा तेथे गेली पंधरा मिनिटे आरोनची वाट पाहत बसली होती. ती तिथे जरा लवकरच पोचली होती. बसल्याबसल्या तिने एक तिरामिसू कोन खाऊन संपवला होता. आरोन आणि दिन्हा यांचं सकाळी अकरा वाजता त्या ठिकाणी भेटायचं ठरलं होतं. अकरा वाजून वीस मिनिटांनी आरोन तेथे पोचला.

"सॉरी दिन्हा, तुला खूप वेळ वाट पाहावी लागली?"

"फार नाही. मी अकराच्या जरा आधीच पोचले. काय म्हणतोस तू? ठीक आहेस ना?"

"हो, हो, अगदी उत्तम. आज मोठ्या मुश्किलीने मायकेलशी स्काईपवर बोलता आलं. म्हणूनच वेळ झाला. अस्माराला स्काईप लागणं म्हणजे एक पर्वणी असते."

"परवापर्यंत आदिस अबाबाचंसुद्धा तसंच होतं. काय म्हणतोय मायकेल?"

"नेहमीचंच. सेमिराचा काही केल्या पत्ता लागत नाही," आरोन आपली खंत व्यक्त करत दिन्हाला म्हणाला. मायकेल हा आरोनचा मित्र त्याला सेमिराचा शोध

घेण्यासाठी मदत करत होता.

''तू तिच्या सगळ्या मैत्रिणींशी संपर्क साधू शकलास?''

''नाही; पण मायकेल म्हणाला की तिची अल्माझ म्हणून जी मैत्रीण आहे, तिची भेट झाली नाही. कोणीतरी त्याला म्हणालं की तिचं २०११मध्ये लग्न झालं आणि नंतर ती इथिओपियाला स्थलांतरित झाली. तिच्याशी संपर्क साधला गेला तर कदाचित काही धागेदोरे हाती येतील. तुला माहीत आहेच की आई फेब्रुवारी २०१० मध्ये गेल्यानंतर काही आठवड्यांच्या आतच सेमिरा अस्मारामधून गायब झाली. त्याला आता जवळजवळ चार वर्षं झाली.''

''हो, माझ्या लक्षात आहे; पण आई जाण्यापूर्वी तू सेमिराच्या संपर्कात नव्हतास?''

''नाही, कसा असणार? २००९मध्ये एरिट्रियाबाहेर पडल्यावर माझं पहिलं वर्ष किती कष्टात आणि धकाधकीत गेलं हे तुला ठाऊक नाही. शिवाय एरिट्रियातलं गुप्तहेर खातं साऱ्या संपर्क माध्यमांवर कोण कोणाशी काय बोलतं हे ऐकत असतं. मला धोका पत्करायचा नव्हता. जेव्हा मी संपर्क साधायला गेलो तेव्हा फार उशीर झाला होता.''

''होईल संपर्क, तू आशा सोडू नकोस.''

''हो, पाहायचं आता केव्हा होईल ते. मी तर प्रयत्न करत राहीनच. कधी यश येईल कोणास ठाऊक. चल, आज कुठे जाऊया जेवायला?''

''ला नेग्रा तोमासा'ला जाऊया? खूप दिवसांत गेलो नाही.'' दिन्हा म्हणाली.

''चालेल.''

आरोन आणि दिन्हा प्लाझामधून बाहेर पडले आणि साल मेयोर या रस्त्याने चालत 'प्युर्ता डेल सोल' या चौकाकडे निघाले. ते ठिकाण नेहमी गजबजलेले असायचे. कसरती आणि जादूचे खेळ करणाऱ्यांपासून पुतळ्यांची सोंगे घेतलेले आणि वेगवेगळी वाद्ये वाजवणारे, नाचणारे आणि गाणारे लोक बघ्यांची करमणूक करून चार पैसे मिळवत होते. त्या दिवशी शनिवारची सुटी असल्याने खूपच गर्दी होती. त्या चौकातच मेट्रो स्टेशनची तीन प्रवेशद्वारे होती. त्या चौकाजवळ ला नेग्रा तोमासा रेस्टॉरंट होते. तेथे क्युबन पद्धतीचे जेवण मिळायचे. आरोन आणि दिन्हा अधूनमधून तिकडे जेवायला जायचे. ते त्यांच्या आवडीचे ठिकाण होते. दोघे तेथे पोचले आणि आत जाऊन बसले. फारशी गर्दी नव्हती. त्यांच्याकडे आलेल्या वेटरला दिन्हाने मेन्यूकार्ड न पाहताच सांगितले,

''एक रोप व्हियेया आणि एक आरोझ कॉन पोल्लो,'' आणि ती आरोनकडे पाहत म्हणाली, ''चालेल ना नेहमीचेच?''

''नक्कीच. इथे येऊन दुसरं काय खायचं?''

वेटरने त्यांना ड्रिंक्स विचारल्यावर आरोन म्हणाला,

''माझ्यासाठी क्रुझ काम्पो आणि हिच्यासाठी फ्रेश पायनॅपल ज्यूस.''

आरोन आज काहीसा नाराज आहे हे दिन्हाने ओळखलं. तिला त्याचं कारण देखील माहीत होतं. आज ८ मार्च, सेमिराचा वाढदिवस. तिच्याशी संपर्क साधण्यात त्याला यश येत नव्हतं म्हणून तो हतबल झाला होता.

वेटरने क्रुझ काम्पो बियर आणि ज्यूसचा ग्लास टेबलवर आणून ठेवला. आरोनने वेटरला जेवण अर्ध्या तासानंतर आणायला सांगितलं. बियरचा एक मोठा घोट घेऊन तो म्हणाला,

''दिन्हा, तू मला भेटली नसतीस तर माझं जीवन असह्य झालं असतं; पण जेव्हा मी सेमिराचा विचार करतो, तेव्हा वाटतं की मी अस्मारा सोडल्यानंतर तिने काय केलं असेल? आई गेल्यानंतर तिला कोणाचा आधार मिळाला असेल की नाही? एरिट्रियाच्या असह्य वातावरणातून तिला बाहेर पडता आलं असेल का? आणि तसं झालं असेल तर ती सुखरूप असेल का आणि असली तर कोठे असेल?''

दिन्हाला ठाऊक होतं की आरोनला सतत सेमिराची चिंता लागून राहिलेली असायची. त्या दोघा भाऊ-बहिणीचं एकमेकांवर खूप प्रेम होतं. दिन्हा नेहमी त्याला धीर द्यायची की कधी ना कधी त्याला सेमिराशी संपर्क साधता येईल.

''दिन्हा, येत्या पंधरा तारखेला मला कोपनहॅगनला दोन आठवड्यांसाठी जायचं आहे. लॅब अल्ट्रा-मॉडर्नायझेशन ट्रेनिंग प्रोग्राम आहे. आमच्या हॉस्पिटलने मला पाठवायचं ठरवलं आहे.''

''अरे वा, छानच की! डेन्मार्कहून माझ्यासाठी काय घेऊन येशील?''

''तिकडे गेल्यावर पाहतो तिकडचं काय वैशिष्ट्य आहे. माझ्या माहितीत तरी डॅनिश कुकीज शिवाय दुसरं काही नाही.''

''ठीक आहे, त्यांचा एक डबा घेऊन ये.''

आरोन आणि दिन्हा एकमेकांना गेली तीन वर्षं ओळखत होते. दिन्हा मूळची इथिओपियाची. ती चार वर्षांची असताना तिला एका स्पॅनिश दाम्पत्याने दत्तक घेतलं. तिचे जनक आई-वडील इथिओपियाच्या उत्तरेकडील मेकेले या गावचे. त्यांना तीन मुली आणि दोन मुलगे होते. घरची परिस्थिती अत्यंत हलाखीची. तशात देशात अधूनमधून पडणारा दुष्काळ. दिन्हाच्या आई-वडिलांनी दिन्हा आणि तिचा धाकटा भाऊ यांना दत्तक द्यायचं ठरवलं. काही सेवाभावी संस्था समाजकल्याण खात्याच्या संमतीने मुलांना दत्तक द्यायचं असेल तर त्याचे सोपस्कार पार पाडण्यासाठी मदत करत. बरीच पाश्चात्त्य जोडपी इथिओपियन मुलांना दत्तक घेण्यास इच्छुक होती. त्यांना देशातील गरिबीची कल्पना होती. अशी जोडपी त्या सेवाभावी संस्थेशी संपर्क

साधत. फ्रान्सिस्को आरेन्झाना आणि त्यांची पत्नी पॉला यांनी आपण एका मुलीला दत्तक घेऊ इच्छितो, असं त्या संस्थेस कळवलं होतं. त्यांना मूलबाळ नव्हतं. संस्थेने त्यांना एप्रिल १९९४मध्ये इथिओपियास यायचे सुचवले. त्याप्रमाणे ते दोघे तिकडे गेले व सर्व सोपस्कार पार पाडून दिन्हाला दत्तक घेऊन माड्रिडला परतले. फ्रान्सिस्को एका इंडस्ट्रीमध्ये इंजिनियर होते तर पॉला माड्रिड सिटी कौन्सिलमध्ये काम करत होत्या. त्यांनी दिन्हाचं पालनपोषण उत्तम रीतीने केलं. ती देखील त्यांच्याकडे रमली. वर्षातून एकदा ते तिला तिच्या जनक आई-वडिलांना आणि भावंडांना भेटायला इथिओपियाला घेऊन जात असत. जशी ती पंधरा वर्षांची झाली, तशी ती एकटी इथिओपियास जाऊ लागली.

दिन्हाने शालेय शिक्षण झाल्यावर लायब्ररियनचा अभ्यासक्रम केला. दोन वर्षांपूर्वी तो पुरा झाल्यानंतर तिला मॅन्युयेल अल्वार पब्लिक लायब्ररीमध्ये नोकरी मिळाली. तेव्हापासून ती तिथेच काम करत होती. आरोनची आणि तिची ओळख लायब्ररीतच झालेली. तो हॉस्पिटल मोरेनो येथे पॅथ-लॅब टेक्निकल सुपरवायझर होता. पोटांच्या विकारासाठी प्रसिद्ध असलेलं ते हॉस्पिटल फारसं मोठं आणि फारसं लहानही नव्हतं. वीस स्पेशल रूम्स, दोन जनरल वॉर्ड्स, पॅथ-लॅब, डायग्नोस्टिक सेंटर आणि आय.सी.यू. अशा सुविधा तेथे होत्या. ते हॉस्पिटल दिन्हाच्या लायब्ररीपासून दोन मिनिटे चालत जाण्याच्या अंतरावर होते. आरोनला वाचनाची आवड होती. त्यामुळे त्याने त्या लायब्ररीची मेंबरशिप घेतलेली. दिन्हाला पहिल्यांदा पाहिल्यावर त्याने तिला विचारलं,

"तू इथिओपियाची आहेस का?"

"हो, मी मेकेलेची. आणि तू?" त्यावर आरोन तिग्रिन्यामध्ये तिला म्हणाला,

"मी अस्माराचा आहे. तू केव्हापासून इकडे आहेस?"

त्यावर दिन्हाने थोडक्यात स्वतः बद्दल त्याला सांगितले. तिने त्याला विचारलं,

"तू इकडे केव्हा आलास?"

"मी तुझ्याइतका नशीबवान नव्हतो. मला खूप खडतर आणि धोकादायक प्रवास केल्यानंतर इकडे येता आलं. मी निर्वासित आहे. गेली चार वर्षं इकडे राहतो आहे."

आरोन पुस्तकं बदलण्यासाठी नियमितपणे लायब्ररीकडे जायचा. कधी कधी तो लायब्ररीतच वाचत बसे. त्याचा आणि दिन्हाचा परिचय वाढला. हळूहळू ते बाहेर फिरायला जाऊ लागले. परिचयाचं रूपांतर प्रेमात झालं.

आरोन स्वभावाने खूप प्रेमळ, मनमोकळा आणि हळवा होता. जवळजवळ पावणे सहा फूट उंचीच्या आरोनचे पाणीदार आणि भावूक डोळे त्याला पहिल्यांदा पाहणाऱ्या व्यक्तीचे लक्ष वेधून घ्यायचे. त्याचं व्यक्तिमत्त्व प्रसन्न होतं. दिन्हा

देखील इथिओपियन – एरिट्रियन मुलींसारखी सुंदर होती. तिचं रूप सोडलं तर तिची जडणघडण एखाद्या पाश्चात्त्य मुलीसारखीच झाली होती. तिची भाषा, आचार-विचार, राहणी-करणी, वेशभूषा या सर्वांवर पाश्चात्त्य संस्कृतीची छाप होती. त्याचबरोबर तिला आपल्या इथिओपियन पार्श्वभूमीचा अभिमान होता. आपण मूळचे आफ्रिकी आहोत याचा तिला न्यूनगंड नव्हता. कोणी विचारलं तर ती अभिमानाने 'मी इथिओपियन-स्पॅनिश आहे' असं सांगायची. तिची 'तिग्रिन्या' ही मातृभाषा ती विसरली नव्हती. पाश्चात्त्य वातावरणात वाढली असली तरी ती समंजस आणि जबाबदार होती. आरेन्झाना दाम्पत्याने देखील तिच्यावर चांगले संस्कार केले होते.

आरोन २००५मध्ये बारावी झाला. पुढे उच्च शिक्षणासाठी त्याला सरकारतर्फे अर्थसाहाय्य मिळू शकत होते; पण त्यासाठी त्याला शिक्षण झाल्यानंतर पाच वर्षे सरकारी नोकरी करणे भाग होते. त्याची सरकारी नोकरी करायची इच्छा नव्हती. म्हणून त्याने अस्मारातील एका इन्स्टिट्यूटमधून पॅथॉलॉजी टेक्निशियनचा दोन वर्षांचा कोर्स केला. त्यानंतर त्याने अस्मारामधील हालिबेत हॉस्पिटलमध्ये दोन वर्षं नोकरी केली. तेथील तोकडा पगार, देशातील अराजक आणि हुकूमशाही यांना कंटाळून त्याने २००९मध्ये देश सोडून जायचा निर्णय घेतला. जरा बऱ्यापैकी नोकरी मिळाली की घरी आई आणि सेमिरासाठी दरमहा थोडेफार पैसे पाठवावेत, अशी त्याची इच्छा होती. त्याचा अंदाज होता की वर्षभरात तो तसे करू शकेल; पण सुदानमार्गे लिबियात पोचल्यावर त्याला समजून चुकले की ते म्हणावे तितके सोपे नाही. त्यास बराच वेळ लागणार होता. आरोन सुदानमध्ये थांबला नाही. तो सरळ लिबियातील बेनगाझी या ठिकाणी गेला. तिथे एका पेट्रोलपंपावर त्याला नोकरी मिळाली. तिथे एक वर्ष काम करून त्याने युरोपला स्थलांतर करायचे ठरवले होते.

त्या दिवशी 'ला नेग्रा तोमासा'मध्ये जेवताजेवता दिन्हा म्हणाली,

"आरोन, परवा मॉम मला विचारत होती की माझा कोणी बॉयफ्रेंड आहे का, म्हणजे तिने सहजच विचारलं."

"असं? तू काय सांगितलंस?"

"मी हो म्हणाले, आणि तुझ्याबद्दल सांगितलं. तिने विचारलं की तुमचे संबंध 'सिरिअस' आहेत की 'कॅज्युअल.' मी तिला म्हणाले, की आम्ही सिरिअसली लग्नाचा विचार केला आहे. तिने डॅडना त्याबद्दल सांगितलं. त्यांनी मला तुझ्याबद्दल विचारलं. ते ऐकल्यावर दोघंही म्हणाले की ते माझ्या निर्णयात ढवळाढवळ करणार नाहीत; पण त्यांना तुला भेटायचं आहे. कधी येतोस घरी?"

"हे मला अपेक्षितच होतं. माझी केव्हाही यायची तयारी आहे. अर्थात आता कोपनहॅगनहून आल्यानंतरच जमेल."

"हो, तशी घाई नाही; पण मी त्यांना सांगून ठेवते."

"माझा इंटरव्ह्यू घेणार आहेत की काय?"

"इंटरव्ह्यू कसला आलाय! त्यांना तुला भेटायची उत्सुकता लागून राहिली आहे."

"ठीक आहे," असं म्हणून आरोनने आपला मोबाइल काढला आणि त्यातील कॅलेंडर उघडलं. ते पाहून तो म्हणाला, "एप्रिलच्या सहा तारखेला रविवार आहे. त्या दिवशी येऊ त्यांना भेटायला?"

"बहुतेक चालेल; पण मॉम आणि डॅडना विचारते. तू कोपनहॅगनला जाण्यापूर्वीच तुला सांगते."

आरेन्झाना कुटुंबाचं घर माड्रिडच्या व्हेन्तास भागात होतं. आरोन आल्कोबेन्दास या उपनगरात एका भाड्याच्या लहान स्टुडिओ फ्लॅटमध्ये रहात होता. एप्रिलच्या सहा तारखेस तो बरोबर पावणे अकराला 'ला एलिपा' मेट्रो स्टेशनला उतरला. तेथून दिन्हाचं घर दहा मिनिटे चालत जायच्या अंतरावर साल मॉन्तेजुरा या रस्त्यावर होतं. तिने त्याला अकराची वेळ दिली होती. त्याने आज लहान चौकड्यांचं डिझाइन असलेला करड्या रंगाचा ब्लेझर, पांढरा शर्ट, काळी पॅन्ट आणि काळे बूट घातले होते. त्यामध्ये तो हॅन्डसम दिसत होता. त्याच्या हातात एक मोठी प्लास्टिकची पिशवी आणि एक फुलांचा बुके होता. त्याने ३३ साल मॉन्तेजुरा कोठे आहे शोधले आणि बेल वाजवली. त्याने घड्याळात पाहिलं, अकराला तीन मिनिटे बाकी होती. दिन्हानेच दार उघडलं.

"ये, घर मिळालं लगेच?"

"अर्थातच. तू कसं पोचायचं हे अगदी व्यवस्थित सांगितलं होतंस." दिन्हा आरोनला घेऊन बैठकीच्या खोलीत आली.

"बरं झालं. ये, बैस. मी मॉम आणि डॅडना बोलावते," असं म्हणून दिन्हा आत गेली. आरोन कोचावर बसला. फर्निचर सुबक आणि नेटके होते. भिंतीवर काही निसर्गचित्रे होती. एका काचेच्या कपाटात युरोपमधील वेगवेगळ्या देशांतून आणलेली सोव्हेनिर्स होती. खाली जाड गालिचा होता. एका बाजूला फायरप्लेस होते. त्याच्यावरील रॅकवर काही फोटो होते. त्यात दिन्हा आठ-दहा वर्षांची असतानाचा फ्रान्सिस्को आणि पॉला यांच्याबरोबरचा, उत्तर इथिओपियातील गोंदरच्या प्राचीन किल्ल्याजवळ घेतलेला एक फोटो होता. आरोन ते पाहत असतानाच दिन्हा, फ्रान्सिस्को आणि पॉला यांना घेऊन बाहेर आली. तिने आरोनची त्या दोघांशी ओळख करून दिली.

"हॅलो यंग मॅन, सो हॅप्पी टू मिट यू," असं म्हणून फ्रान्सिस्कोनी आरोनशी हस्तांदोलन केलं. पॉलानी त्याच्याशी हस्तांदोलन केल्यावर आरोनने त्यांच्यासाठी आणलेला बुके दिला. त्यांनी "थॅन्क्स, छान आहेत फुलं," असं म्हणून तो घेतला.

त्या फुले ठेवण्यासाठी फ्लॉवरपॉट आणायला आत गेल्या. आरोन फ्रान्सिस्कोना म्हणाला,

"अलीकडेच डेन्मार्कला गेलो होतो, तिथून तुमच्यासाठी नेकटाय आणला आहे," असं म्हणून त्याने पिशवीतून आणलेला टाय त्यांना दिला. त्याचबरोबर डॅनिश कुकीजचे दोन डबे दिन्हाला दिले. ते सारेजण बसले. दिन्हा म्हणाली,

"अरे, तू किती वस्तू घेऊन आला आहेस."

फ्रान्सिस्कोनी टायचं कव्हर उघडलं. व्हायकिंग कंपनीचा लहान जहाजांचं डिझाइन असलेला टाय पाहून ते म्हणाले,

"अरे वा, असा टाय माझ्याकडे नव्हता! आणि मला जलप्रवासाची आवड आहे हे तुला ठाऊक होतं की काय?"

"मागे एकदा दिन्हा म्हणाली होती की तुम्ही वर्षातून एकदा बोटीने सफरीसाठी जाता."

"फारच छान. बरं, तू काय घेणार? असं कर, आत ये, तूच पाहा तुला काय हवं ते," असं म्हणून फ्रान्सिस्को आरोनला त्यांच्या डायनिंगरूमकडे घेऊन गेले. तिथे एका कपाटात त्यांचा 'बार' होता. आरोन म्हणाला,

"मला बियर चालेल."

"ठीक, मी वाईन घेईन. पॉला आणि दिन्हाला काय आवडतं हे मला माहीत आहे. तू बैस, मी सगळ्यांची ड्रिंक्स घेऊन येतो."

चार-पाच मिनिटांनी ते सारे पुन्हा बैठकीच्या खोलीत आले व गप्पा मारत बसले. फ्रान्सिस्कोनी आरोनला त्याचं काम आणि हॉस्पिटल यांच्याविषयी विचारलं. स्पेनचे राजकारण, कॅटालोनियाची स्वातंत्र्याची मागणी, जिब्राल्टरवरून चालू असलेला स्पेन आणि इंग्लंड यांचा वाद, रियाल माड्रिड आणि बार्सेलोना फुटबॉल क्लब्ज अशा स्पॅनिश लोकांच्या आवडीच्या विषयांवर त्यांच्या गप्पा रंगल्या. पॉला आणि दिन्हा यांनी जेवणासाठी बीन्स स्ट्यू, सॅलड आणि पाएला बनवले होते. ब्रेड आणि दुधापासून बनवलेले 'लेचे फ्रिता' हे पुडिंग देखील होते. आरोन व्यवस्थित जेवला. जेवल्यावर कॉफी घेत त्यांच्या गप्पा पुढे सुरू झाल्या.

"फ्रान्सिस्को, तुम्हाला जलप्रवासाची आवड आहे; पण मी मात्र जलप्रवासाची धास्ती घेतली आहे. मला कोणी क्रुझलायनरने एखाद्या सफरीवर जायचं तिकीट फुकट दिलं तरी मी जाणार नाही." आरोन हसत हसत म्हणाला.

"का बरं? तुला बोट लागते की काय?"

"मुळीच नाही. मी माझ्या आजवरच्या आयुष्यात फक्त एकदाच सागरी प्रवास केला. त्या प्रवासाच्या आठवणी मी कधीही विसरू शकणार नाही?"

"असं? कोणता प्रवास? आणि कसा होता तो?" फ्रान्सिस्कोनी विचारलं.

दिन्हाने ओळखलं की आरोन कोणत्या प्रवासासंबंधी बोलत आहे; पण ती काही बोलली नाही.

"जेव्हा मी आफ्रिकेच्या किनाऱ्यावरून भूमध्य समुद्र ओलांडून युरोपला आलो, त्यावेळच्या प्रवासाविषयी मी बोलत होतो."

"ओह, तो प्रवास! आता माझ्या लक्षात आलं. फार खडतर आणि असुरक्षित प्रवास होता ना तो?"

"खूपच. सांगू, कसा होता तो प्रवास?"

"हो, मला ऐकायचं आहे तो कसा होता ते." फ्रान्सिस्को म्हणाले. त्यावर दिन्हा म्हणाली,

"कशाला तू त्या कटू आठवणी उगाळून काढतोस, आरोन?"

"ती आता इतिहासजमा घटना आहे. तिची आठवण केल्याने मला वाईट वाटत नाही किंवा तो प्रवास का केला याचा पश्चात्ताप होत नाही. थांब, मला फ्रान्सिस्को आणि पॉला यांना त्याबद्दल थोडक्यात सांगायलाच हवं. जुलै २००९मध्ये मी स्थलांतर करायचं ठरवलं. मी एके रात्री एरिट्रिया-सुदान सीमा पार केली आणि खार्तूमला गेलो. तिथे न थांबता मी एका मानवी तस्करी करणाऱ्या दलालाच्या मदतीने सुदानमधून लिबियाला गेलो. लिबियाच्या उत्तरेकडील बेनगाझी या शहरात काही एरिट्रियन स्थलांतरित काम करतात, असं मला समजलं होतं. माझ्या एका मित्राने एका माझ्याच वयाच्या मुलाचा पत्ता दिला होता. त्याला शोधून काढलं. त्याच्या मदतीने मला एका पेट्रोलपंपावर नोकरी मिळाली. मला युरोपला जाण्यासाठी पाचशे डॉलर्सची गरज होती. त्यासाठी मला एक वर्ष काम करून काटकसरीने राहून पैसे साठवायचे होते. मी चार एरिट्रियन मुलांबरोबर एका लहानशा खोलीत राहत होतो.

"त्यावेळी लिबियामध्ये बंडखोरांच्या सशस्त्र गटांमध्ये सत्तेसाठी युद्ध चालू होतं. आम्ही बाहेर पडलो तर कधी कधी बंदूकधारी तरुण आम्हाला अडवत आणि आमचे पैसे काढून घेत. आम्ही लिबियन नाही हे ते चटकन ओळखायचे. माझे पैसे साठल्यावर मी बोटींनी युरोपकडे चोरट्या मार्गे घेऊन जाणाऱ्या एका तस्कराला भेटलो. जायची तारीख ठरली. एके रात्री त्याने जवळजवळ अडीचशे लोकांना समुद्राच्याकाठी एका अंधाऱ्या ठिकाणी एकत्र आणलं. काठाजवळ एक बोट उभी होती. ती इतकी जुनाट वाटत होती की ती एक किलोमीटर तरी जाईल की नाही अशी मला शंका आली. त्या बोटीला तळकप्पा होता. त्याला खिडक्या नव्हत्या; कारण त्याचा बराचसा भाग पाण्याच्या पातळीखाली होता. त्या तस्कराने तळकप्प्यात बऱ्याच लोकांना ठासून बसवलं. वरच्या डेकवरदेखील खूप दाटीवाटी झाली होती."

“बाप रे, मी तर कल्पनाच करू शकत नाही अशा प्रवासाची!” पॉला म्हणाल्या.

“हे काहीच नाही. पुढे काय झालं हे ऐका. शेवटी बोट सुटली. तासा दोन तासांनी लाटा सुरू झाल्या आणि बोट हेलकावू लागली. लाटांचा जोर वाढतच चालला होता. बोट युरोपच्या दिशेने जाऊ शकत नव्हती. ती समुद्रात कोठे भरकटत होती कोण जाणे. तळकप्प्यात बसवलेले लोक ओरडत होते, की ते गुदमरले जात आहेत. असं म्हटल्यावर तस्कराची माणसं त्यांना मारत होती. नंतर समजलं की खाली बसलेल्यांपैकी सात लोक गुदमरून मृत्युमुखी पडले आहेत. त्यांचे मृतदेह समुद्रात फेकून दिले गेले. एक गरोदर बाई ओकाऱ्या करत होती आणि जोरजोरात ओरडत होती. माझ्या जवळ बसलेला मुलगा खाली, माझ्या पायाजवळ आडवा पडला. मला वाटलं की त्याला चक्कर आली असावी. म्हणून मी त्याला हलवलं. तर तो म्हणाला, की मी लाटा पाहू शकत नाही म्हणून डोळे बंद करून पडून राहतो. पुढे एका मोठ्या लाटेने बोट इतकी हेलावली की दहा-बारा लोक समुद्रात फेकले गेले. जवळजवळ दोन दिवस असंच चाललं होतं. मी तर जगण्याची आशाच सोडून दिली होती. कोणत्याही क्षणी बोट उपडी होणार असंच वाटत होतं; पण तस्कराच्या एका माणसाने कुठल्यातरी किनाऱ्यावरील मदत केंद्राला बोट अडचणीत सापडली आहे असं वायरलेसवरून कळवलं आणि मदतीची याचना केली. मला कोणी मदतीला येईल यावर विश्वास नव्हता; पण काय आश्चर्य, वीस मिनिटांत एक हेलिकॉप्टर आकाशात घरघरू लागलं. दीड तासाने मदत केंद्राच्या चार मोटरबोटी आमची सुटका करण्यासाठी आल्या.”

“तुला ठाऊक आहे त्या इतक्या तातडीने का आल्या असाव्यात?”

“हो, नंतर समजलं; पण त्यावेळी ठाऊक नव्हतं.” आरोन म्हणाला.

“मला अशा मदत केंद्रांबद्दल काहीच माहीत नाही.” पॉला म्हणाल्या. त्यावर फ्रान्सिस्कोनी खुलासा केला. ते म्हणाले,

“संकटग्रस्त जहाजांचा शोध घेऊन त्यांच्यातील लोकांना वाचवावे यासाठी आंतरराष्ट्रीय सागरी संघटनेच्या पुढाकाराने काही आंतरराष्ट्रीय करार तयार केले गेले आहेत. त्यांचा बहुतांश राष्ट्रांनी स्वीकार केला आहे. त्यामुळे अशी मदत देऊन संकटातील व्यक्तींचा शोध घेऊन त्यांची सुटका करणं हे अशा देशांवर बंधनकारक आहे. जगाच्या बऱ्याच भागात 'सर्च अँड रेस्क्यू झोन्स' करून वेगवेगळ्या देशांच्या जबाबदाऱ्या विभागल्या आहेत.”

“अरे वा, फारच छान.” पॉला म्हणाल्या.

“इतकंच नाही, तर अलीकडे माझ्या वाचनात आलं की काही सेवाभावी संस्था भूमध्य समुद्रात गस्त घालत असतात आणि संकटातील बोटींमधील लोकांना

वाचवतात.'' आरोन म्हणाला.

''बरं, पुढे काय झालं?'' फ्रान्सिस्कोनी विचारलं.

''आमची सुटका झाल्यानंतर आम्हाला इटलीच्या किनाऱ्यावर आणलं गेलं. प्रथमोपचार वगैरे झाल्यावर निर्वासित कार्यालय आणि आंतरराष्ट्रीय स्थलांतर संघटना यांचे अधिकारी आले. आमची वर्गवारी केली गेली. मला निर्वासित दर्जा मिळाला. माझं तंत्रशिक्षण झालं होतं आणि मला कामाचा अनुभव होता म्हणून स्पेनने मला लगेच स्वीकारलं आणि नोकरी मिळाली. अलीकडेच मला बढती मिळाली असून आता मी पॅथॉलॉजी लॅबॉरेटरीचा टेक्निकल सुपरवायझर झालो आहे.''

''तुझी कहाणी खरंच प्रेरणादायी आहे. तू मोठं धाडस करून युरोपला येऊन स्थाईक होऊ शकलास, या मागे तुझे एके काळचे कष्ट आहेत, चिकाटी आहे. हे खूप कौतुकास्पद आहे.'' फ्रान्सिस्को म्हणाले.

''थँक्स; पण माझी अजूनही एक खंत आहे. माझी लहान बहीण सेमिरा कुठे आहे समजत नाही. तिचा ठावठिकाणा कळेपर्यंत मला समाधान होणार नाही.''

''कळेल, तू आशा सोडू नकोस. एक दिवस तुमचा एकमेकांशी संपर्क साधला जाईल.'' फ्रान्सिस्को आरोनला धीर द्यायच्या उद्देशाने म्हणाले.

आरोन घड्याळाकडे पाहत म्हणाला,

''अरे, चार वाजत आले! वेळ कसा गेला समजलंच नाही. चला, मी निघतो. फार छान वाटलं तुम्हा दोघांना भेटून.''

''आम्हालादेखील छान वाटलं. अधूनमधून जेवायला येत जा. एकट्याला जेवण बनवायचा कंटाळा येत असेल.'' पॉला म्हणाल्या.

''नक्की येईन, थँक्स.''

आरोन त्या सर्वांचा निरोप घेऊन निघाला. दिन्हा त्याला मेट्रो स्टेशनपर्यंत सोडायला गेली. त्यानंतर चार दिवसांनी लायब्ररीमध्ये आरोन आणि दिन्हा यांची भेट झाली. बऱ्याच वेळेस आरोन दिन्हाचे काम संपायच्या वेळी तिच्याकडे जात असे. नंतर ते जवळपास कॉफी घेत. आरोन आणि ती गप्पा मारत दिएगो द लेओन मेट्रो स्टेशनकडे जात. तेथून त्यांना वेगवेगळ्या मेट्रोनी आपापल्या घरांकडे जावं लागायचं. त्या दिवशी भेटल्यावर आरोनने दिन्हाला विचारलं,

''दिन्हा, मी गेल्यानंतर फ्रान्सिस्को आणि पॉला माझ्याबद्दल काय म्हणत होते?'' आरोनला ते ऐकायची उत्सुकता लागून राहिली होती.

''अरे, ते दोघंही तुझ्यावर बेहद्द खूश आहेत. तू अत्यंत प्रतिकूल परिस्थितीतून इकडे येऊन जम बसवलास याचं त्यांना खूप कौतुक वाटतं. दोघंही म्हणाले की तू माझ्यासाठी अतिशय योग्य साथीदार आहेस.''

''चला, माझा जीव भांड्यात पडला! त्या दोघांचा 'ग्रीन सिग्नल' मिळणं

महत्त्वाचं होतं.''

''जर त्यांना काही हरकत असती तर मी त्यांची समजूत काढली असती. तेवढी मी खंबीर आहे. बरं, डॅडी म्हणत होते की त्यांना तुला भेटायला यायचं आहे. मी सुचवलं की तू संध्याकाळी कामावरून घरी जाण्यापूर्वी तुम्ही दोघं एखाद्या बारमध्ये भेटू शकता.''

''हो. चालेल ना; पण परवाच तर त्यांना भेटलो आहे. कशा संदर्भात भेटायचं आहे त्यांना?''

''मलाही ठाऊक नाही. कदाचित आपल्या निर्णयावर शिक्कामोर्तब करण्यासाठी असेल. भेटल्यावर सांगतीलच म्हणा. पुढच्या आठवड्यात तुला कधी जमू शकेल?''

''मला काय, साडेपाचनंतर मी मोकळाच असतो. ते त्यांच्या ऑफिसमधून सहा वाजेपर्यंत आले तरी चालेल. आम्ही जाऊ जवळपास कुठेतरी.''

''ठीक आहे, मी तसं त्यांना सांगते. त्यांचं ऑफिस एस्टाडिओ मेट्रोपॉलिटानोजवळ आहे. तिथून मेट्रोने वीस मिनिटांत तुझ्या हॉस्पिटलला पोचतील. तुझा मोबाइल नंबर मी त्यांना देते. त्यांचाही तुला देऊन ठेवते.''

''हो, चालेल.''

फ्रान्सिस्को आणि आरोन यांनी १६ एप्रिलला संध्याकाळी भेटायचं ठरलं. फ्रान्सिस्को हॉस्पिटल मोरेनोला सहाच्या थोडे आधीच पोचले. आरोनला त्यांनी फोन केल्यावर तो लगेच बाहेर आला. ते दोघे चालत जवळच्या मोझ्झा बारकडे गेले. दोघांनी बियर मागवली. सुरुवातीच्या किरकोळ गप्पा झाल्यावर फ्रान्सिस्को म्हणाले,

''आरोन, मी मुद्दाम तुला भेटायला यायचं कारण सांगतो. आम्हाला तुझा आणि दिन्हाचा निर्णय आवडला आहे. आम्ही दोघंही तुमच्या पाठीशी आहोत. तुला दिन्हाची पार्श्वभूमी माहीत आहेच. आमचं दोघांचं तिच्यावर खूप प्रेम आहे. तू समजदार आणि जबाबदार आहेस यात शंकाच नाही. मी अजून दोन वर्षांनी निवृत्त होईन आणि पॉला चार वर्षांनी. आमची अशी इच्छा आहे, की येत्या चार-पाच महिन्यांत तुम्ही विवाहबद्ध व्हावं. तू काय म्हणतोस?''

''दिन्हाची त्याला तयारी असली तर माझी काहीच हरकत नाही.'' आरोन म्हणाला.

''ती तयार आहे. आम्ही तिला विचारलं आहे. बरं, चर्च वेडिंग आणि त्यानंतर रिसेप्शन असा सुटसुटीत कार्यक्रम करू. तुझे काही मित्र, सहकारी आणि आमचे परिचित, माझे, पॉलाचे आणि दिन्हाचे मित्र-मैत्रिणी असे सारे मिळून दोन-अडीचशे लोकांसाठी रिसेप्शनचा कार्यक्रम करू. त्याचं नियोजन करणं अवघड नाही. ते मी पाहून घेईन; पण मला तुझ्याशी दुसऱ्याच एका विषयावर बोलायचं होतं.''

''असं? कोणत्या?'' आरोनने आश्चर्याने विचारलं. लग्नाचाच विषय खूप

महत्त्वाचा होता. त्याच्यापेक्षा महत्त्वाचा दुसरा कोणता विषय असू शकतो, याचा तो विचार करू लागला.

"आरोन, तू आता आमच्या कुटुंबाचा भाग होणार म्हणून तुला काही गोष्टी सांगायला हरकत नाही. मला दोन भाऊ आणि एक बहीण आहे; पण मी आणि पॉलाने मृत्युपत्र करून राहत्या घरासह आमची सारी मिळकत दिन्हाला मिळेल अशी त्यात तरतूद केली आहे. अर्थात मृत्युपत्र केलं नसतं तरी स्पॅनिश कायद्यानुसार ते तिला मिळालं असतंच; पण आमच्या पश्चात कसलाही वाद उत्पन्न होऊ नये किंवा आमच्या इच्छेत संदेह राहू नये म्हणून आम्ही मृत्युपत्र केलं आहे."

"हो, मी समजू शकतो." आरोन म्हणाला.

"पण माझा मूळ मुद्दा असा आहे की तुमचं लग्न झाल्यानंतर तुम्ही दोघांनी आमच्याच घरी राहावं. आम्हाला उतारवयात सोबत होईल आणि तुम्हाला राहायला प्रशस्त घर मिळेल."

आरोनने विचार केला, की लग्नानंतर जागेचा प्रश्न उद्‌भवणार होताच. त्याने थोडंसं मोठं घर भाड्याने घेतलं असतं; पण त्यात त्याची खूप ओढाताण झाली असती. तसा त्याचा पगार बऱ्यापैकी होता; पण माड्रिडमध्ये घरभाडीदेखील खूप होती. फ्रान्सिस्को यांची सूचना अवास्तव नव्हती. त्याउलट तिच्यामुळे लग्नानंतर आरोन आणि दिन्हा यांच्या बऱ्याच समस्या मिटणार होत्या.

"आम्हा दोघांना लग्नानंतर तुमच्या जवळ राहायला आवडेल. तुम्ही दिन्हाला आधीच विचारलं असेल, होय ना?"

"नाही, तिला हा प्रस्ताव ठाऊक नाही; पण मी तिलादेखील विचारीन. ती स्वतंत्र विचारांची आहे, तिला स्वतःची मतं आहेत आणि तिला निर्णय लादलेले आवडत नाहीत, हे तुला ठाऊक असेलच."

"हो, मला त्याचा अनुभव आहे. तुमच्या प्रस्तावास ती नाकारणार नाही. आम्ही दोघंही त्यावर बोलू." आरोन म्हणाला.

दिन्हा आणि आरोन यांची त्यानंतर भेट झाल्यावर आरोनने त्या प्रस्तावाचा विषय काढला. तिने त्यास दुजोरा दिला. पुढे ऑक्टोबरच्या २५ तारखेस आरोन आणि दिन्हा विवाहबद्ध झाले. ते दोघे मधुचंद्रासाठी एक आठवड्याची सुटी घेऊन मोरोक्कोला जाऊन आले. स्पेन आणि मोरोक्को यांच्यामध्ये फक्त जिब्राल्टरची खाडी असल्याने फेरी बोटीने तिकडे एक तासात जाता यायचे. माराकेश, कासाब्लांका आणि फेझ येथे राहून, सुरेख प्राचीन अरबी वास्तुशिल्पे पाहून आणि वैशिष्ट्यपूर्ण मोरोक्कन भोजनाचा आस्वाद घेऊन ते दोघे माड्रिडला परतले. आरोन दिन्हाच्या घरी राहायला गेला.

१४

सकाळी ९ वाजता वफा निर्वासित निवारा केंद्रातून निर्वासित कार्यालयाकडे घाईघाईने गेली. तिथे पोचल्या पोचल्या ती सरळ रेमा बुस्तानी यांच्याकडे गेली. त्या नुकत्याच ऑफिसमध्ये पोचल्या होत्या. इतक्या लवकर वफाला पाहून त्यांना आश्चर्य वाटलं. सहसा ती दुपारी थोड्या वेळासाठी तिकडे जात असे. तिला पाहताच मिसेस बुस्तानींना जरा शंका आली की काहीतरी गडबड आहे. त्यांनी तिला विचारलं,

"वफा, काय झालं? आज सकाळीच इकडे आलीस? सगळं ठीक आहे ना?"

"सांगते मॅडम. काल तुम्ही पाठवलेली मुलगी सेमिरा, तिचं लक्षण काही खरं दिसत नाही. ती मधूनच असंबद्ध काहीतरी बडबडते. रात्री तर ती ओरडत होती, 'मला तू चक्क फसवलं आहेस... मी तुला पाहून घेईन,' आणि असंच काहीतरी. कधी कधी एकटीच बडबडत बसते. 'मला समुद्रात उडी मारायची आहे...मी पोहत युरोपला जाईन...' असंही काहीतरी बरळत होती. कधी कधी व्यवस्थित बोलते; पण मधूनच तिचं डोकं फिरतं."

"अरे देवा, तिच्यावर झालेल्या मानसिक आघातांमुळे तिच्या डोक्यावर परिणाम झाला असावा. तिला दवाखान्यात न्यायला हवं. थांब, मी डॉक्टर वांगारीला फोन करते," असं म्हणून त्यांनी फोन उचलला. केनियाच्या डॉ. रोझमेरी वांगारी निर्वासित कार्यालयाच्या आरोग्य सल्लागार होत्या. रेमा बुस्तानींनी डॉ. वांगारीना त्यांच्याकडे यायला सांगितलं. डॉक्टर आल्यावर रेमा म्हणाल्या,

"रोझमेरी, काल एका २३-२४ वर्षांच्या मुलीला निवारा केंद्रात पाठवलं होतं. तिने गेल्या काही महिन्यांत खूप मानसिक आघात सहन केलेत. वफा म्हणतेय की काल संध्याकाळपासून तिचं मानसिक संतुलन बिघडलं आहे. आपण तिकडे जाऊन पाहूया नेमकं काय झालं आहे. जाता जाता मी तुला तिची केस हिस्टरी सांगते."

“ठीक आहे रेमा, चल, पाहूया नेमकं काय झालंय.”

त्या दोघी चालतच तिकडे निघाल्या. डॉ. वांगारी गेली वीस वर्षं निर्वासित कार्यालयासाठी काम करत होत्या. त्यांनी बऱ्याच आफ्रिकी देशांमध्ये काम केलेले. रेमांनी डॉ. वांगारीना थोडक्यात सेमिराची पार्श्वभूमी सांगितली.

“युरोपला जायच्या हव्यासापोटी या मुलींना काय काय सोसावं लागेल याची कल्पना नसते. आपण त्यांना बेकायदेशीर मार्गाने स्थलांतर करू नका असा सल्ला दिला तरी किती तो मानतील याची शंकाच आहे. बदमाश तस्कर त्यांचं आर्थिक आणि शारीरिक शोषण करू शकतात यावर त्यांचा सहजासहजी विश्वास बसत नाही. हल्ली अशा केसेसमध्ये वाढ झाली आहे.” रेमा म्हणाल्या.

“रेमा, आफ्रिकेतील अराजकाने कंटाळलेले आणि युरोपची भुरळ पडलेले तरुण-तरुणी यांना स्थलांतरातील धोके दिसत असतात; पण तरीदेखील ते तो मार्ग का स्वीकारतात हा एक संशोधनाचा विषय आहे.”

त्या दोघी निवारा केंद्रात पोचल्या. रेमा वफाला म्हणाल्या,

“तू सेमिराला आपल्या ऑफिसच्या खोलीत घेऊन ये. आम्ही दोघी तिथेच बसू. इतरांच्या समोर तिच्याशी बोलायला नको.”

“ठीक आहे,” असं म्हणून वफा आत गेली. रेमा आणि डॉ. वांगारी केंद्राच्या लहान ऑफिसमध्ये बसल्या. तीन-चार मिनिटांनी वफा सेमिराला घेऊन आली. तिने कालचाच थोब घातला होता. तिला पाहताच रेमा म्हणाल्या,

“बैस, सेमिरा. कशी आहेस तू?”

“मी ठीक आहे,” असं म्हणून डॉ. वांगारी यांच्याकडे पाहत सेमिरा म्हणाली, “या तुमच्या कायदा सल्लागार आहेत का?”

“नाही, सेमिरा, या रोझमेरी वांगारी, आमच्या संस्थेत दुसऱ्या एका विभागात काम करतात. सहजच माझ्याबरोबर आल्या. बरं, काल झोप लागली? तू खूप खडतर प्रवास करून आली आहेस, म्हणून विचारलं.”

“हो, एक दिवस सुहेलच्या घरी आराम झाला, आणि आता इथेदेखील होतोय. मला आसरा दिल्याबद्दल तुमचे आभार कसे मानू?”

“अगं, आभार मानायची गरजच नाही. आम्ही आमचं कर्तव्य करत आहोत.”

“हो; पण माझी केस गुंतागुंतीची झाली असताना तुम्ही इतक्या सहानुभूतीने मला मदत करत आहात म्हणून तसं म्हणाले.”

“पाहू, आपण काहीतरी मार्ग काढू. बरं, मला एक सांग, परवा जेव्हा तू ख्रिसला भेटलीस, त्यावेळी त्याच्याकडून तू त्याला दिलेले पैसे परत मागितलेस की नाही?”

“ख्रिस? कोण ख्रिस? मी कोणा ख्रिसला ओळखत नाही.” सेमिरा म्हणाली.

ती जरा गोंधळल्यासारखी वाटत होती.

"तुला बोटीने युरोपला पाठवतो, असं तुला कोणी सांगितलं होतं?"

"नाही. लिबियाहून बरेच लोक बोटींनी युरोपला घेऊन जातात असं मला कोणीतरी सांगितलं होतं, म्हणून मी तिकडे जात असताना पोलिसांनी अडवलं. त्यावेळी मी छादमधून लिबियात चोरट्या मार्गाने गेले होते. त्यांनी मला काही दिवस तुरुंगात ठेवलं आणि मग इकडे परत पाठवलं."

"इकडे यायच्या आधी तू कोठे होतीस?"

"मागे तुम्हाला सांगितलं होतं ना, मी सुदानमध्ये एका तुर्की रेस्टॉरंटमध्ये चार वर्षं काम केलं. त्याचं नाव 'टॉपकापी'. त्याचा मॅनेजर निहाल आदिवार खूप दयाळू होता."

"असं, असं. ठीक आहे, सेमिरा, आम्ही निघतो. तू आराम कर. वफा आहेच इथे. काही लागलं तर मला निरोप पाठव."

"ठीक आहे, दीदी. तुम्हाला मी दीदी म्हटलं तर चालेल ना?"

"नक्कीच. तू मला रेमादीदी असं म्हणत जा. चल, मी निघते." असं म्हणून रेमा आणि डॉ. वांगारी उठल्या. केंद्राबाहेर आल्यावर रेमा डॉ. वांगारीना म्हणाल्या,

"रोझमेरी, तिचा स्मृतिभ्रंश झाला आहे. काही गोष्टी तिला स्पष्टपणे आठवतात, तर काही मुळीच नाही; पण ती अस्वस्थ किंवा आक्रमक वाटली नाही."

"असहनीय मानसिक आघाताचा परिणाम असावा. आपण पुढचे दोन-तीन दिवस तिच्यावर बारकाईने लक्ष ठेवू. कधी कधी आघाताची तीव्रता कमी झाल्यावर स्मरणशक्ती पूर्वीप्रमाणे काम करू शकते."

"ठीक आहे, मी वफाला तिच्यावर लक्ष ठेवायला सांगते."

रेमांना सेमिराच्या मानसिक स्थितीबद्दल खात्री करून घेण्यासाठी फार थांबावे लागले नाही. त्याच दुपारी वफा त्यांच्याकडे घाईघाईने पळत आली व म्हणाली,

"मॅडम, चला, सेमिरा पुन्हा कालसारखं जोरजोरात बडबडू लागली आहे. मी गार्डला तिच्यावर लक्ष ठेवायला सांगून आले आहे."

"असं? चल, मी येतेच तुझ्याबरोबर," असं म्हणून त्यांनी हातातलं काम बाजूला ठेवलं व त्या लगबगीने निवारा केंद्राकडे गेल्या. त्याच्या जवळ पोचल्यावर वफा म्हणाली,

"ती जेवायच्या खोलीत आहे. बाकीच्या मुली आत आहेत. त्या जरा घाबरल्या आहेत."

"ठीक आहे, चल," असं म्हणून त्या डायनिंगरूममध्ये न जाता दाराच्या आडोशाला उभ्या राहून सेमिरा काय म्हणते आहे ते ऐकू लागल्या.

"तिला पाहून घेईन मी...उद्या तू नदीकडे धावायला गेल्यावर ती तिथेच

असेल...नदीकाठाने फिरत...मी झाडीत लपून बसते आणि ती जवळ आल्यावर तिला उचलून नदीत फेकते...मगच तू मला ओळख दाखवशील...म्हणे मी तुला ओळखत नाही...नंतर तुला लिबियातल्या तुरुंगात टाकायला सांगते...तिथले पोलीस माझ्या ओळखीचे आहेत...नाहीतर मुस्ताफाला सांगते की याला युरोपला घेऊन जातो असं सांगा आणि समुद्रात फेकून द्या...''

सेमिराचा आवाज चढला होता. वफा म्हणाली,

''पाच-दहा मिनिटांत ती शांत होते. नंतर काही न झाल्यासारखं वागते, अगदी शहाण्यासारखं. असं वाटावं की मघाची सेमिरा दुसरीच कोणीतरी असावी.''

''मला भीती वाटते की असा झटका आल्यावर कोणाच्या अंगावर मारायला किंवा काही इजा करायला गेली तर कठीण प्रसंग येईल. तिला असं इथे ठेवण्यात धोका आहे. मी डॉ. वांगारीला विचारून काय करायचं पाहते. तोपर्यंत तू तिच्यावर लक्ष ठेव.''

रेमानी डॉ. वांगारी यांच्याशी चर्चा केली. त्यांच्या सल्ल्यानुसार त्या दिवशी संध्याकाळी सात वाजता सेमिराला अंजामेना जनरल हॉस्पिटलच्या मनोरुग्ण विभागात हलवलं. दुसऱ्या दिवशी मनोविकारतज्ज्ञ, डॉ. अबुबकर यांनी सेमिरास तपासलं. सत्तरीचे डॉ. अबुबकर अंजामेनातील एकमेव मनोविकारतज्ज्ञ होते. गेली पस्तीस वर्षं ते अंजामेना जनरल हॉस्पिटलमध्ये काम करत होते. तरुण डॉक्टर्स छादमध्ये काम करायला तयार नव्हते. त्यांना इतर देशांत चांगल्या नोकऱ्या मिळत. डॉ. अबुबकर देखील आता थकले होते आणि त्यांना मनोविकारांच्या उपचारांतील आधुनिक प्रवाहांचा गंध नव्हता.

सकाळी अकरा वाजता रेमांनी डॉ. अबुबकरना फोन केला व सेमिराबद्दल विचारलं.

''तिच्या मनावर काहीतरी आघात झाला आहे, त्यामुळे ती अधूनमधून आक्रमक होते.''

''तिला कधी कधी स्मृतिभ्रंशदेखील होतो. मी काल तिच्याशी बोलत असताना ते मला जाणवलं होतं.''

''असेल; पण मला काही तसं वाटलं नाही.''

''तिच्यावर काही औषधोपचार करता येण्यासारखे आहेत? आणि हो, ती सध्या गरोदर आहे.''

''बरं. औषधोपचार कोणती औषधं सध्या उपलब्ध आहेत यावर अवलंबून आहे. तुम्हाला इथली परिस्थिती माहीत आहेच. अँटीडिप्रेसंट्स देऊन पाहू. तिला प्रसूती विभागाकडे तपासणीलादेखील पाठवू.''

''ठीक आहे, मला अधूनमधून तिच्याबद्दल कळवत राहा.''

"कळवेन."

रेमांना डॉ. अबुबकर यांच्या अनुमानाविषयी शंका आली. शेवटी ते एका सरकारी दवाखान्यातील डॉक्टर होते. त्यांना रोज कित्येक पेशंट्स तपासावे लागत असत. सेमिरावर योग्य उपचार होतील की नाही याबाबत त्या साशंक होत्या. त्यांनी डॉ. वांगारीना फोन केला आणि डॉ. अबुबकर यांच्या अनुमानाविषयी सांगितलं.

"रेमा, माझी एक मैत्रीण नैरोबीत मनोविकारतज्ज्ञ आहे. तिचं नांव डॉ. एरिका. आम्ही दोघी एम.बी.बी.एस.ला एकत्र होतो. पुढे तिने मनोविकारशास्त्रात एम.डी. केलं. केनियात तिची खूप ख्याती आहे. मी तिला सेमिराची माहिती आणि अलीकडील मनोविकाराबद्दल मेल करते. नंतर आपण तिच्याशी फोनवर बोलू. ती आपल्याला नेमकं काय झालं आहे हे सांगेल."

"ठीक आहे, माझ्याकडे सेमिराच्या फाइलमध्ये तिची पार्श्वभूमी आणि अलीकडील घटना यांची एक टिप्पणी आहे. तिची सॉफ्ट कॉपी ई-मेलने पाठवू."

त्यानंतर चार दिवसांनी डॉ. वांगारी, डॉ. एरिका आणि रेमा यांची फोनवर चर्चा झाली. सुरुवातीस डॉ. वांगारीनी वैद्यकीय भाषेत सेमिराच्या परिस्थितीविषयी सांगितलं. रेमा म्हणाल्या,

"डॉक्टर, आम्ही तुम्हाला पाठवलेली सेमिराची माहिती तुम्ही वाचली असेलच."

"हो, मी वाचली आहे. अर्थात पेशंटला पाहून आणि त्याच्याशी बोलून जे निदान करता येतं तसं दुरून करता येत नाही; पण आता परिस्थिती लक्षात घेता जेवढी मदत करता येईल तेवढी मी करेन. माझ्या दृष्टिकोनातून तिला अगदी सौम्य प्रकारची 'इंटरमिटंट एक्सप्लोझिव डिसऑर्डर' म्हणजे 'आयईडी' झाली आहे. त्याशिवाय तिला आम्ही ज्याला 'सायकोजेनिक किंवा डिसोसिएटिव्ह ॲम्नेसिया' म्हणतो, तो मानसिक विकार झाला असावा. दोन्ही विकार मोठा मानसिक आघात झाला असल्यास होण्याची शक्यता असते. माझ्या मते अशा केसेस मध्ये 'आयईडी' तात्पुरती असते. ती डिसऑर्डर कमी-अधिक कालावधीनंतर कमी होते; पण ॲम्नेसिया हा अधूनमधून होणारा स्मृतिभ्रंश दीर्घ काळ राहू शकतो."

"डिसोसिएटिव्ह ॲम्नेसियावर काय उपाय आहेत?" रेमांनी विचारलं.

"त्याच्यावर औषधं अशी नाहीत; पण मानसशास्त्रीय उपचार, ज्याला आम्ही सायकोथेरपी म्हणतो, ते परिणामकारक ठरतात; पण त्यासाठी थेरपिस्ट पेशंटच्या जवळ असावा लागतो. शिवाय पेशंटचे मित्र आणि नातेवाईक त्यात महत्त्वपूर्ण भूमिका बजावू शकतात."

रेमांनी विचार केला की अंजामेनात सायकोथेरपिस्ट मिळणं अशक्य आहे आणि मित्र आणि नातेवाइकांचा तर प्रश्नच उद्भवत नाही. त्यांनी डॉ. एरिकाना विचारलं,

"जर अशा पेशंटवर सायकोथेरपी केली नाही तर पुढे काय होऊ शकतं?"

"ते इतर बऱ्याच गोष्टींवर अवलंबून आहे. कधी कधी पेशंट हळूहळू बरा देखील होऊ शकतो; पण त्यासाठी किती कालावधी जावा लागेल किंवा तो हमखास बरा होईल की नाही हे सांगता येत नाही."

त्या तिघींनी सेमिराच्या बाबतीत पुढे काय होऊ शकेल यावर अजून थोडा वेळ चर्चा केली. रेमांनी डॉ. एरिका आणि डॉ. वांगारी यांचे मनापासून आभार मानले. डॉ. वांगारी निघून गेल्यावर रेमा विचार करू लागल्या की सेमिराचं पुढे काय होणार. त्यांना सेमिराची पहिल्यापासून जास्तीच काळजी वाटत होती. तसं पाहिलं तर प्रत्येक निर्वासिताला काही ना काही समस्या असतात, त्याने अत्यंत हलाखीच्या परिस्थितीला तोंड दिलेलं असतं आणि स्वतःच्या देशात राहणं असह्य झाल्यावर नाइलाजास्तव देश सोडलेला असतो. सर्व स्थलांतरितांच्या बाबतीत तसं झालेलं असेलच असं नाही. रेमा, सेमिराच्या प्रकरणात स्वतः जातीने लक्ष घालत होत्या. अर्थात तसे करणे त्यांच्यावर बंधनकारक नव्हते, तरीही त्यांना तिच्याबद्दल सहानुभूती वाटत होती. आता तिला हॉस्पिटलमध्ये ठेवल्यावर त्यांना प्रत्येक गोष्टीत स्वतः लक्ष घालणं कठीण जाणार होतं. त्यावर काय मार्ग काढावा असा त्यांनी विचार केला. थोड्या वेळाने त्यांनी वफाला भेटायला बोलावलं. ती आल्यावर त्या तिला म्हणाल्या,

"वफा, मला जरा तुझी मदत हवी आहे. तुला सेमिराच्या परिस्थितीविषयी ठाऊक आहेच. त्या बिचारीने खूप सोसलं आहे आणि अजून किती दिवस तिला सोसावं लागणार आहे कोण जाणे. मी माझ्यापरीने तिच्या समस्या मिटाव्यात म्हणून प्रयत्न करत आहेच; पण मला आणि आपल्या कार्यालयालादेखील काही मर्यादा आहेत. इथल्या वैद्यकीय सेवा देखील जुजबीच आहेत. तशात छादमध्ये अराजक आणि युद्धसदृश परिस्थिती. सारं वातावरण प्रतिकूल असलं तरी मला सेमिराला जेवढी मदत करता येईल तेवढी करायची आहे. त्यासाठी मला तुझी मदत हवी आहे."

"माझी मदत, मॅडम? मी काय करू शकते?"

"सांगते ना. फार अवघड नाही. तू फक्त दोन दिवसांतून एकदा हॉस्पिटलमध्ये जाऊन तिच्याशी थोडं बोलत जा. फार वेळ नाही, एक अर्धा तास बसलीस तरी चालेल. तिला एकाकी वाटणार नाही. शिवाय तुझ्यामार्फत तिची परिस्थिती कशी आहे हे मला समजत राहील. बस, इतकंच. मी तुला तिकडे जाण्यासाठी रिक्षाचे पैसे देत जाईन. आणि हे पाहा, मी तिच्यासाठी तुझ्याबरोबर काही फळं पाठवत जाईन. हॉस्पिटलचं निकृष्ट जेवण तिला जाणार नाही. तिला आता चौथा महिना लागला असेल. तिला किती दिवस तिथे राहावं लागणार आहे आणि तिचं बाळंतपण कुठे होणार आहे, हे सारं अनिश्चित आहे."

"नक्की जात जाईन, मॅडम. मलादेखील तिची खूप दया येते."

१५

आरोन आणि दिन्हा यांचा दिनक्रम व्यवस्थित सुरू होता. आरोनला दिन्हाच्या घरी राहायला जाऊन सहा महिने झाले होते. तिकडे राहायला गेल्यानंतर ते दोघे मिळून कामावर जात आणि मिळूनच घरी येत. दिन्हाने आपली कामाची वेळ वरिष्ठांना विनंती करून थोडीशी बदलून घेतली. पूर्वी ती सकाळी ८ ते संध्याकाळी ४.३० अशी होती. आता तिने ती सकाळी ९ ते संध्याकाळी ५.३० अशी बदलून घेतली; कारण आरोनची वेळ देखील ९ ते ५.३० अशीच होती. दोघे कधीतरी लंचला जवळच्या एखाद्या लहान रेस्टॉरंटला जात किंवा घरून सँडविचेस, रोल्स किंवा असंच काहीतरी घेऊन येत. लंचसाठी त्यांना दीड तास मिळायचा.

आरोनला हॉस्पिटल मोरेनोमध्ये काम करायला लागून जवळजवळ पाच वर्षं झाली होती. त्याचं काम अतिशय चोख होतं. त्याचे वरिष्ठ त्याची नेहमी स्तुती करत. तीस वर्षांपूर्वी स्थापलेले ते हॉस्पिटल माद्रिडमध्ये पोटांच्या विकारासाठी प्रसिद्ध होते. तेथे बरेच तज्ज्ञ डॉक्टर्स काम करत होते. आरोन डॉ. कार्लोस मार्टिनेझ यांच्या मार्गदर्शनाखाली काम करत होता. ते पॅथॉलॉजिस्ट होते; पण लॅबॉरेटरीचे सारे प्रशासन आरोनकडे होते. डॉ. मार्टिनेझ, हॉस्पिटलचे संचालक डॉ. फेलिक्स ऑगस्टिन्हो यांच्याजवळ देखील आरोनची स्तुती करत. सर्वसाधारणपणे निर्वासित खूप मन लावून काम करत; कारण त्यांना नोकरीची नितांत गरज असायची.

जून २०१५मध्ये आरोनला डॉ. फेलिक्स ऑगस्टिन्हो यांच्या सेक्रेटरीने सांगितलं, की त्याला त्यांनी भेटायला बोलावलं आहे. आरोनला समजेना की कशा संदर्भात त्यांनी बोलावलं असेल. तसे तो त्यांना क्वचितच भेटायचा. त्याचा आणि संचालकांचा प्रत्यक्ष संबंध कधी यायचा नाही. त्यामुळे त्याला तो निरोप मिळाल्यावर आश्चर्य वाटलं. त्यांची भेट १७ तारखेस दुपारी दोन वाजता होणार होती. त्या दिवशी आरोन दोनला पाच मिनिटे कमी असतानाच त्यांच्या ऑफिसकडे गेला. बरोबर दोन वाजता

सेक्रेटरीने त्याला आत जायला सांगितलं.

पासष्ठ वर्षांचे डॉ. ऑगस्टिन्हो यांचं व्यक्तिमत्त्व भारदस्त होतं. उंच, भांग पाडलेले पांढरे दाट केस, काळ्या जाड फ्रेमचा चष्मा घातलेले डॉक्टर नेहमी एखाद्या गडद रंगाचा सूट वापरत. आरोनला पाहताच ते म्हणाले,

"आरोन, ये. मी तुझीच वाट पाहत होतो. बैस," असं म्हणून त्यांनी आपल्या टेबलसमोरील खुर्चीकडे हात केला. "गुड आफ्टरनून, सर," असं म्हणून आरोन बसला.

"तू कॉफी घेशील की कसला तरी ज्यूस?" हॉस्पिटलमध्ये पेप्सीसारखी कृत्रिम शीतपेये मिळत नव्हती.

"मला कॉफी चालेल, सर."

डॉक्टरांनी फोन उचलला.

"ब्रेंडा, आम्हा दोघांसाठी कॉफी पाठव," असं म्हणून फोन ठेवून आरोनकडे पाहत ते म्हणाले,

"तुझं काम ठीक चाललं आहे?"

"हो सर, लॅबच्या वेब-बेस्ड अल्ट्रा-मॉडर्नायझेशनचं काम जवळजवळ पुरं होत आलं आहे. फक्त ऑटोमेटेड डीएनए सिक्वेन्सिंग सिस्टीमचं थोडं काम राहिलं आहे."

"कार्लोसने मला सांगितलं. तुला त्या प्रशिक्षणासाठी कोपनहॅगनला पाठवलं ते चांगलं झालं. त्यामुळे हे काम लवकर करता आलं." आरोनला आश्चर्य वाटलं, की डॉ. ऑगस्टिन्होना हॉस्पिटलमध्ये चाललेल्या सर्व गोष्टींची माहिती आहे. इतक्यात ब्रेंडा कॉफी घेऊन आली. ती टेबलवर ट्रे ठेवून गेली. दोघांनी कॉफीचे कप घेतले. डॉ. ऑगस्टिन्होनी कॉफीचा एक घोट घेतला व ते म्हणाले,

"आरोन, तुला भेटायला बोलवायचं कारण सांगतो. पुढच्या वर्षी गॅब्रियेल रिटायर होतोय. गेली पंचवीस वर्षं त्याने प्रशासनाचा कारभार उत्तम रीतीने सांभाळला. माझी अशी इच्छा आहे की तुला प्रशासन विभागात घ्यावं. एक वर्ष तू गॅब्रियेलच्या हाताखाली 'उप-प्रशासक' या पदावर काम कर. नंतर तू त्याची जागा घे."

"पण सर, इतक्या मोठ्या हॉस्पिटलचा मुख्य प्रशासक होण्याइतका अनुभव माझ्याकडे नाही. आणि माझी तेवढी पात्रता नाही."

"तू त्यासाठी पात्र आहेस. तुला जो पाच वर्षांचा अनुभव आहे, तो पुरेसा आहे. शिवाय एक वर्ष गॅब्रियेलबरोबर काम करून तुला त्यातले अधिक बारकावे कळतील. आरोन, मला कार्लोसकडून तुझी कामाची पद्धत आणि क्षमता यांच्याबद्दल सविस्तर माहिती मिळाली आहे. आजपासून एक वर्षाच्या आत तू हॉस्पिटल मोरेनोचा चीफ ॲडमिनिस्ट्रेटर झालेलं मला पाहायचं आहे."

"सर, ही खूप मोठी जबाबदारी तुम्ही माझ्यावर सोपवताय. मी ती जरूर स्वीकारेन. तुम्हा सर्वांचं मार्गदर्शन आणि सहकार्य असल्यामुळे मी ती जबाबदारी समर्थपणे पार पाडेन."

"तू ती जबाबदारी स्वीकारशील याची मला खात्री होतीच. आणि तू ती समर्थपणे निभावशील याचीदेखील आहे. चल, आता आपण वारंवार भेटत जाऊ. मी ब्रेंडाला आजच या बदलाचा प्रस्ताव तयार करायला सांगतो आणि पुढच्या संचालक मंडळाच्या मीटिंगमध्ये सादर करतो. ते सारं औपचारिकतेसाठी करावं लागतं."

"ठीक आहे, सर. मी निघतो. मेनी थॅन्क्स."

"यू आर मोस्ट वेलकम. ॲन्ड गुड लक."

आरोनचा अजूनही आपल्या कानांवर विश्वास बसत नव्हता. त्याला ती बातमी कधी एकदा दिन्हाला सांगू असे झालेले; पण त्याने ठरवलं की जेव्हा त्याची हॉस्पिटलच्या उप-प्रशासकपदी नेमणूक होऊन तसा लेखी आदेश मिळेल त्यानंतरच तिला सांगावं.

त्यानंतर दहा दिवस उलटले. सव्वीस जूनला शुक्रवार होता. त्या दिवशी घरी जाण्यापूर्वी आरोन दिन्हाला म्हणाला,

"मी आर्टिझन बेकरी मॅनोलोमध्ये एका केकची ऑर्डर दिली आहे. जाता जाता तो घेऊन जाऊ." ती प्रसिद्ध बेकरी हॉस्पिटल मोरेनोच्या अगदी जवळ होती.

"केकची ऑर्डर? कशासाठी? आज तुझा वाढदिवसदेखील नाही!"

"घरी गेल्यावर सांगतो. चल, केक घेऊया आधी."

"तू तर माझी उत्सुकता वाढवून ठेवली आहेस. मला अंदाज करू दे."

दिन्हा असे म्हणाली खरी; पण तिला काही कळेना. घरी गेल्यावर जेवल्यानंतर केक कापायचा असं आरोनने दिन्हाला सांगितलं. फ्रान्सिस्को आणि पॉला यांना केक आणलेलं मााहीत नव्हतं. नेहमीप्रमाणे जेवण झाल्यावर ते सारे गप्पा मारत बसले. त्यावेळी आरोनने ती बातमी सर्वांना सांगितली. दिन्हाचा तर तिच्यावर विश्वास बसत नव्हता. फ्रान्सिस्को आणि पॉला यांना देखील ती ऐकून अतिशय आनंद झाला. सर्वांनी आरोनचं अभिनंदन केलं.

"आरोन, तुझ्या कष्टांचं चीज झालं. तू खरोखरच मनापासून तुझं काम करत असणार. म्हणून तर त्याची दखल घेतली गेली आणि तुला मोठी जबाबदारी आणि सन्मानाचं पद मिळालं. तुला एक गोष्ट सांगतो. युरोपमध्ये कामाची क्षमता आणि प्रत यांना फार महत्त्व दिलं जातं. तू त्या कसोट्यांना अल्पावधीतच उतरलास, म्हणून तुझी प्रगती होत गेली. मला तुझा अभिमान वाटतो. कीप इट अप, यंग मॅन." फ्रान्सिस्को म्हणाले.

पॉलानी प्लेट्स आणल्या. दिन्हाने केकचे तुकडे करून प्रत्येकाला प्लेटमधून दिले. 'टार्टा दि सँतिआगो' हा स्पेनमधील लोकप्रिय केक चविष्ट होता. दिन्हाने टेबल आवरल्यानंतर ती माडीवरील त्यांच्या बेडरूमकडे गेली. आरोन आधीच वरती येऊन कपडे बदलून बसला होता. दिन्हा बाथरूममध्ये जाऊन ब्रश करून, कपडे बदलून आली तेव्हा आरोन खिडकीजवळ पाठमोरा उभा होता. तो शांतपणे अंधारात दूरवर नजर लावून काहीतरी विचार करत होता. दिन्हा त्याच्या शेजारी गेली आणि त्याच्या खांद्यावर तिने हात ठेवला. तेव्हा एकदम चमकून त्याने तिच्याकडे पाहिलं. दिन्हाला त्याच्या डोळ्यांत पाणी दिसलं. तिने त्याचं कारण ओळखलं. ती म्हणाली,

''आरोन, तुला अशा या आनंदाच्या क्षणी सेमिराची आठवण होणं साहजिकच आहे. तू धीर सोडू नकोस, तिचा पत्ता लागेल एक दिवस. तुम्ही बहीण-भाऊ पुन्हा एकत्र याल.''

आपले डोळे टिपत आरोन म्हणाला,

''मी एका प्रसिद्ध हॉस्पिटलचा मुख्य प्रशासक व्हायला निघालो आहे; पण माझी बहीण कुठे आणि कशी असेल, तिची प्रकृती ठीक असेल की नाही, हे काही केल्या समजत नाही. तिच्या आठवणीने आणि चिंतेने मी कधी कधी अस्वस्थ होतो.''

१६

गेले दहा दिवस सेमिरा जनरल वॉर्डमधील बेडवर पडली होती. तिला केव्हापासून पाणी हवं होतं; पण तिच्याकडे कोणी लक्षच देत नव्हतं. एकतर हॉस्पिटलचा स्टाफ अपुरा होता. त्यात ज्या काही नर्सेस होत्या त्यांना अनेक पेशंट्सकडे लक्ष द्यावं लागायचं. शिवाय, मनोरुग्णांच्या वॉर्डमधील प्रत्येक व्यक्तीला वेड लागलं आहे अशा आविर्भावात त्या सर्वांशी वागायच्या. काही शिकाऊ डॉक्टर्स येऊन रुग्णांचा रक्तदाब वगैरे तपासून जात. डॉ. अबुबकर दोन-तीन दिवसांतून एकदा येऊन जायचे. जेवणासाठी सोरघमच्या पिठाचा किंवा कसाव्हाचा लगदा आणि कसलातरी रस्सा असे बेचव जेवण दिले जायचे. त्यामुळे वफाने आणलेली फळं सेमिरा आवडीने खायची. बेडवरील चादरी दहा-दहा दिवस बदलल्या जात नव्हत्या. वॉर्डमध्ये नेहमी कोंदट वास असायचा. बाथरूम आणि संडासमध्ये नेहमी दुर्गंधी असे.

निर्वासित कार्यालयाच्या नैरोबीतील विभागीय कायदा सल्लागारांनी रेमांना सेमिराच्या प्रश्नाबद्दल आपलं मत कळवलं. त्यांच्यामते तिला जरी सुदानमध्ये निर्वासित दर्जा मिळाला होता, तरी तिथून ती निर्वासित कार्यालयाच्या संमतीविना परदेशी गेल्यामुळे तिचा तो दर्जा स्थगित झाला होता; पण तिची एकंदरीत परिस्थिती लक्षात घेता निर्वासित कार्यालयास तिला छादमध्ये निर्वासित दर्जा देता येईल. परदेशात आसऱ्याची याचना करणाऱ्या प्रत्येकाची विनंती अनेक निकषांवर अवलंबून असते, हे रेमांना माहीत होत; पण त्यांनी सेमिराच्या बाबतीत कसलाही संदेह राहू नये म्हणून कायदा सल्लागारांना विचारणा केली होती. त्यांचा संदेश मिळाल्यावर रेमांना समाधान झाले आणि त्यांनी हॉस्पिटलला कळवले की सेमिरा निर्वासित कार्यालयाच्या अखत्यारीत येत असून, तिला त्यांचे साहाय्य मिळेल. त्यांनी तत्परतेने सेमिरास निर्वासित दर्जा दिला व एक ओळखपत्र जारी केले.

रेमांनी सांगितल्याप्रमाणे वफा नियमितपणे सेमिराला भेटायला जाऊ लागली.

डॉ. एरिकानी अंदाज केल्याप्रमाणे सेमिराचा आक्रमकपणा हळूहळू कमी झाला. आता तिला पूर्वीप्रमाणे उद्रेकाचे झटके यायचे बंद झाले. ती बेभान होऊन आपला क्षोभ व्यक्त करायची थांबली. हे समजल्यावर रेमांना समाधान झालं; पण अजूनही तिचा स्मृतिभ्रंश कमी झाला नव्हता. एका नर्सने वफाला सांगितलं, की प्रसूती विभागात सेमिराची तपासणी झाल्यावर १८ सप्टेंबर ही तिच्या प्रसूतीची संभाव्य तारीख आहे, असे तिच्या फाइलमध्ये लिहिले आहे.

सेमिराला वफा भेटायला आली की खूप बरं वाटायचं. तिच्याशी ती खूप गप्पा मारत बसे. रेमांनी वफाला सेमिराची सारी पार्श्वभूमी सांगितली होती. त्यांच्या सूचनेवरून वफा सेमिराला मुद्दाम तिच्या भूतकाळातील घटना, व्यक्ती आणि प्रसंग यांच्याविषयी विचारत असे. तिची स्मरणशक्ती कितपत काम करते, हे तिला पाहायचं असे. अलीकडे एकदा सहज बोलता बोलता वफाने सेमिराला विचारलं,

"सेमिरा, तू ख्रिसच्या घरी किती दिवस राहिली होतीस?"

त्यावर थोडा विचार करून ती म्हणाली,

"मला वाटतं मी जवळ जवळ सहा-सात महिने तरी त्याच्या घरी राहिले असेन. सुरुवातीला मी फक्त तीन आठवड्यांसाठी तिकडे गेलेली; पण त्याने गोड बोलून काही ना काही बहाणे सांगून माझं जाणं लांबवलं. 'बोट चांगली नाही, पुढच्या गटाबरोबर जा, आपण मिळून युरोपला जाऊ,' असं सांगत त्याने माझं जाणं फेब्रुवारी २०१५पर्यंत पुढे ढकललं. हो, मी ११ फेब्रुवारीला अंजामेना सोडलं. तो असं फसवेल असं कधी वाटलं नाही गं."

"अगं, बोलूनचालून तो एक गुन्हेगार. मानवी तस्करी करता करता तरुणींना भुरळ घालून त्यांचा गैरफायदा घेत राहिला. आणि युरोपला जाऊ इच्छिणाऱ्या मुली त्यासाठी काहीही करायला तयार व्हायच्या."

"मीदेखील त्याच्या भूलथापांना बळी पडले. आणि आता त्या दुष्टाच्या मुलाला जन्म द्यायची वेळ आली."

वफाने विषय बदलायच्या हेतूने सेमिराला विचारलं,

"तू सुदानमध्ये असताना एका रेस्टॉरंटमध्ये काम करत होतीस ना?"

"सुदानमध्ये मी कधी राहिलेच नाही. एरिट्रिया सोडल्यावर थोडा प्रवास सुदानमधून झाला; पण मी सरळ अंजामेनाला आले."

"तू खार्तूममध्ये कधी राहिली नाहीस?"

"छे! तिथे कशी राहणार? तिथे कोणी माझ्या ओळखीचंदेखील नव्हतं. शिवाय सुदानमध्ये मी बेकायदेशीर मार्गाने गेलेले. तिथे अटक करून तुरुंगात टाकायच्या आधीच मी सुदान सोडलं आणि छादमध्ये आले."

वफाने हे ऐकल्यावर तिची खात्री झाली की सेमिराला पुन्हा त्या कालावधीचा

स्मृतिभ्रंश झालेला आहे. ती रेमांना त्याबद्दल सांगत असे. त्या देखील सेमिराच्या या समस्येने व्यथित झाल्या होत्या. त्यांना आशा होती की पुढे-मागे तिच्या डिसोसिएटिव्ह ॲम्नेसियावर काहीतरी इलाज करता येईल किंवा तो आपोआप बरा होईल.

असेच दिवस जात राहिले. सेमिराला जनरल हॉस्पिटलच्या प्रसूती विभागात अधूनमधून तपासणीसाठी नेलं जायचं. त्या विभागाच्या प्रमुख डॉ. मार्था आणि डॉ अबुबकर यांच्यामध्ये सेमिराला कोठे ठेवायचं याबाबत चर्चा झाली आणि असं ठरलं की तिला सप्टेंबरच्या १० तारखेपासून प्रसूती विभागात हलवावे. त्याप्रमाणे तिला तिकडे नेण्यात आलं. तेथील परिस्थिती पहिल्या वॉर्डपेक्षा फारशी वेगळी नव्हती. सेमिराला तिकडे नेल्यानंतर रेमा एकदा हॉस्पिटलमध्ये जाऊन डॉ. मार्थाना भेटल्या.

''सेमिरा निर्वासित असल्यामुळे आमचं कार्यालय तिच्या परिस्थितीवर लक्ष ठेवून आहे. तिच्या प्रकृतीबद्दल तुम्ही आम्हाला कळवत राहिलात तर बरं होईल. आम्ही तिच्या भल्यासाठी इथली परिस्थिती लक्षात घेता जे जे करता येण्यासारखं आहे ते ते करू.''

''मी नक्कीच तुमच्या संपर्कात राहीन. काही लागलं तर तसं कळवीन. तुम्ही चिंता करू नका. मी स्वतःच तिची प्रसूती करेन, इथल्या स्टाफवर ते सोडणार नाही. शिवाय ती डॉ. अबुबकर यांची पेशंट असल्याने आम्हाला जरा जास्तच काळजी घ्यावी लागेल.''

''पण तिच्या डिसोसिएटिव्ह ॲम्नेसियामुळे प्रसूतीमध्ये काही गुंतागुंत व्हायची शक्यता आहे का?''

''प्रसूतीमध्ये गुंतागुंत होण्याची शक्यता वाटत नाही. सेमिराची प्रकृती तशी ठीक आहे.''

''ठीक आहे, डॉक्टर, थँक्स.''

रेमांना तरीही डॉ. एरिका यांच्याशी एकदा या बाबतीत बोलावं असं वाटलं. त्यांनी ऑफिसला गेल्यावर त्यांना फोन लावला. एकमेकींचे कुशल विचारून झाल्यावर रेमांनी डॉक्टरांना विचारलं,

''डॉक्टर, सेमिराच्या केसबद्दल तुम्हाला ठाऊक आहेच. येत्या आठ-दहा दिवसांत तिची प्रसूती होईल. ती अजून डिसोसिएटिव्ह ॲम्नेसियातून बरी झालेली नाही. तिला अधूनमधून स्मृतिभ्रंश होतच असतो; पण मला विचारायचं आहे, की प्रसूतीनंतर तिच्यात काही गुंतागुंती होऊ शकतात का?''

''तशी शक्यता नाकारता येत नाही. बऱ्याच स्त्रियांना प्रसूतीनंतर पोस्टनेटल डिप्रेशनचा त्रास होतो; पण काही विरळ केसेसमध्ये पोस्टपार्टम सायकॉसिस होण्याची

शक्यता असते.''

''त्याची लक्षणं काय असतात?''

''त्यात मूड बदलणं, चिंता करणं, चिडचिड आणि अस्वस्थ होणं, गोंधळणं, भास आणि भ्रम होणं अशी लक्षणं असतात.''

''त्यावर काही इलाज आहेत?''

''आहेत; पण ते पेशंटला पाहून ठरवावे लागतात. औषधोपचारदेखील करता येतो.''

''ठीक आहे, डॉक्टर, थँक्स.''

रेमांना सेमिराची अधिकच काळजी वाटू लागली.

जसजशी अठरा तारीख जवळ येऊ लागली तसतशी वफा रोज सकाळी आणि संध्याकाळी हॉस्पिटलकडे जाऊ लागली. अठरा तारीख उलटून गेली. वीस तारखेच्या दुपारी सेमिरा नर्सला म्हणाली, की तिला कळा येऊ लागल्या आहेत. तिला लगेच डिलिव्हरी रूमकडे नेण्यात आले. डॉ. मार्था हॉस्पिटलमध्येच होत्या. एका नर्सने वफाला फोन केला. ती आणि रेमा हॉस्पिटलला पोचल्या.

त्यांना फार वेळ वाट पाहावी लागली नाही. साडेसहा वाजता सेमिरा बाळंत झाली. डिलिव्हरीमध्ये काही गुंतागुंती झाल्या नाहीत. सेमिराला मुलगी झाली होती. डॉ. मार्था डिलिव्हरी रूममधून बाहेर आल्यावर रेमा त्यांना भेटल्या.

''सेमिरा ठीक आहे, डॉक्टर?''

''अगदी व्यवस्थित आहे. तिची मुलगीदेखील छान आहे. दोघींची प्रकृती ठीक आहे. तुम्ही दोन मिनिटं भेटून घ्या.''

''थँक्स, डॉक्टर.''

रेमा आणि वफा आत गेल्या. मलूल झालेली सेमिरा बेडवर पडली होती. जवळ पाळण्यात पांढऱ्या कापडात लपेटलेलं बाळ होतं.

''सेमिरा, फार त्रास झाला नाही ना?''

''थोडा झाला. तो होणार हे मला ठाऊक होतं; पण हिला पाहिल्यावर तो सारा त्रास विसरून गेले,'' आपल्या नवजात मुलीकडे पाहत सेमिरा म्हणाली. मुलगी शांत झोपली होती.

''तू आराम कर. आम्ही दोघी तुझ्या मदतीला आहोतच.'' रेमा म्हणाल्या.

''रेमादीदी, तुम्ही आणि वफा माझी किती काळजी करता?'' सेमिराचे डोळे पाणावले होते. ते पाहून रेमा देखील गहिवरल्या.

''अगं, तुझ्या घरचं कोणी नाही म्हणून आम्ही दोघी तुझ्यावर लक्ष ठेवून आहोत. तुझं बाळंतपण सुरळीत पार पडलं, ही समाधानाची गोष्ट आहे.''

''तुम्ही दोघी माझ्या घरच्याच आहात असं वाटतंय. तुम्ही मला किती प्रेम देत

आहात हे मी शब्दांत सांगूच शकत नाही. दीदी, मुलीचं नाव काय ठेवूया?''

''तूच सांग. तुला एखादं नाव आवडतं?''

''माझी इच्छा आहे की तिचं नाव तुम्ही ठेवावं.''

रेमा विचार करू लागल्या. थोड्या वेळाने त्या म्हणाल्या,

''ही अंजामेनात जन्मली, म्हणून हिचं नाव अंजामी ठेवलं तर?''

''फारच छान. किती गोड वाटतं हे नाव! मला आवडलं. आपण तिला आतापासून अंजामी म्हणूया.''

सेमिराला काही मनोविकार आहे यावर विश्वास न बसावा असं सेमिरा वागत आणि बोलत होती. त्या दोघी तिथे थोडा वेळ थांबून निघाल्या.

बाळंतपणानंतर दहा दिवस उलटले. वफाकडून रेमांना सेमिराचं कुशल समजत होतं. सुदैवाने तिला पोस्टनेटल डिप्रेशन किंवा पोस्टपार्टम सायकॉसिसचा फारसा त्रास झाला नाही. तिला फक्त मधूनमधून पूर्वीप्रमाणे काही भ्रम होऊ लागले. वफा तिला नियमितपणे भेटायला जात होतीच. तिच्याशी बोलताना वफाला जाणवलं की तिचा स्मृतिभ्रंश अजून आहे तसाच आहे. ती एकदा म्हणाली,

''लिबियातील तुरुंगातच तुला तू गरोदर आहेस हे समजलं ना?''

''लिबियात? मी लिबियाला कधी गेलेलीच नाही. ख्रिस मला लिबियामार्गे युरोपला पाठवणार होता; पण त्यापूर्वीच मला त्याचा बाहेरख्यालीपणा समजला. म्हणून तर मी तुमच्या निवारा केंद्राच्या आसऱ्याला आले. तुला कसं काय वाटलं की मी लिबियातल्या तुरुंगात होते? मी काय गुन्हेगार आहे थोडीच?''

''नाही नाही, मला दुसरी एक निर्वासित तरुणी आणि तू यांच्यात गफलत झाली,'' असं म्हणून वफाने विषयांतर केलं.

''तुला ठाऊक आहे वफा, काल रेमादीदी मला भेटायला इकडे आल्या होत्या. त्यांनी मला सांगितलं, की माझं पुनर्वसन करण्यात येणार आहे.''

''असं? कुठल्या देशात?'' वफाला ही बातमी ठाऊक नव्हती.

''अजून नक्की नाही; पण बहुतेक इटलीला.''

''अरे वा, तसं झालं तर तुझी कित्येक वर्षांची इच्छा पुरी होईल.''

''हो ना, मी त्या दिवसाची आतुरतेने वाट पाहत आहे.''

वफाने दुसऱ्या दिवशी ऑफिसला गेल्यावर रेमांना सेमिराच्या पुनर्वसनासंबंधी विचारलं. त्यावर त्या म्हणाल्या,

''मी तिला कित्येक दिवसांत भेटलेले नाही. तिला तो भ्रम झालेला असावा. डॉ. एरिका म्हणाल्या होत्याच की पोस्टपार्टम सायकॉसिसचं ते एक लक्षण आहे.''

त्यानंतर देखील वफाला सेमिराचा स्मृतिभ्रंश आणि भ्रम बऱ्याच वेळा जाणवला. हल्ली ती एखादी गोष्ट विसरली की कित्येक दिवस ती विसरत होती आणि तिला

झालेला भ्रम बरेच दिवस राहत होता. सेमिराची प्रसूती झाल्यानंतर एक महिन्यानी डॉ. मार्था यांचा रेमांना फोन आला.

"मिसेस बुस्तानी, सेमिराच्या बाबतीत एक नवी समस्या उद्‌भवली आहे. तिला आपण प्रसूत झालो आहोत या गोष्टीचा विसर पडला आहे. तिला मुलीला पाज, असं सांगितलं तर ती म्हणते की मला मुलगी नाही. मुलीला जवळदेखील घेत नाही किंवा घेऊन गेले तर म्हणते की ही दुसऱ्या कोणाची तरी मुलगी आहे. आता काय करायचं?"

"ही तर फार मोठी समस्या उद्‌भवली आहे! आता काय करावं लागेल याचा आम्हाला विचार केला पाहिजे. मी माझ्या वरिष्ठांशी चर्चा करून पुढे काय करावं लागेल हे तुम्हाला कळवते."

निर्वासित कार्यालयात या समस्येवर चर्चा झाली. त्यांच्या जिनिव्हा येथील मुख्य कार्यालयाशीदेखील संपर्क साधला गेला. सर्वानुमते जो निर्णय घेण्यात आला त्यामुळे रेमा व्यथित झाल्या; पण त्यांना देखील दुसरा पर्याय दिसत नव्हता. प्रश्न मुलीच्या प्रकृतीचा आणि सुरक्षिततेचा होता. सेमिराच्या मुलीला, अंजामीला, 'फॉस्टर केअर'साठी, म्हणजे सांभाळण्यासाठी एखाद्या कुटुंबात ठेवावं लागणार होतं. निर्वासित कार्यालयास जर अनाथ बालकांची देखभाल करण्याचा प्रसंग उद्‌भवला, तर त्यासाठी अशी व्यवस्था करायची प्रथा होती. बऱ्याच वेळेस लहान मुले असलेल्या निर्वासितांचा मृत्यू होतो किंवा त्यांची मुलांपासून फारकत होते. त्यांच्या मुलांसाठी अशी सोय केली जायची. कार्यालयाकडे अशी मुले सांभाळण्यास उत्सुक कुटुंबांची नोंद केली जायची. त्यांनी मूल स्वीकारले तर कार्यालय मुलाच्या देखभालीसाठी त्यांना दरमहा भत्ता द्यायचे. त्यामुळे मुलांचा भार कुटुंबांवर पडत नसे आणि निर्वासित कार्यालयाला मुलांच्या रोजच्या देखभालीसाठी वेगळी यंत्रणा तयार करावी लागत नसे. कार्यालयातर्फे वेळोवेळी अशा मुलांना भेटी देऊन ती कशी आहेत हे पाहिले जायचे. कधी कधी अनाथ मुलांना दुसऱ्या किंवा त्याच दाम्पत्याला दत्तक दिले जायचे. इतर मुले पंधरा वर्षांची झाली की त्यांचे एखाद्या देशात पुनर्वसन केले जायचे, किंवा त्यांच्या पालकांचा शोध लागल्यास त्यांच्याकडे सुपूर्त केले जायचे.

जाँ-पेयर कारुग्वे आणि त्यांची पत्नी सेलिन हे अंजामेनात एक लहान हॉटेल चालवत होते. ते त्यांच्या स्वतःच्या मालकीचं होतं. त्यांना मूलबाळ नव्हतं. त्यामुळे ते दाम्पत्य व्यथित होतं. ते एखादी लहान मुलगी दत्तक घेता येईल का किंवा काही वर्षं सांभाळण्यासाठी घरी ठेवता येईल का हे पाहत होते. त्यांनी निर्वासित कार्यालयास आपण एखादी मुलगी सांभाळण्यास तयार आहोत, असं कळवलं होतं. जेव्हा अंजामीसाठी 'फॉस्टर होम'चा शोध सुरू झाला, तेव्हा त्यांचं घर निर्वासित कार्यालयास

योग्य वाटलं. त्यांना तसं कळवल्यावर ते कार्यालयात गेले. रेमांनी त्यांना सेमिरा आणि अंजामीबद्दल सारं काही सांगितलं. त्यांनी अंजामीला पाहिल्यावर 'आम्ही तिला सांभाळण्यास तयार आहोत' असं कार्यालयास सांगितलं. सारी औपचारिकता पार पडल्यावर अंजामीला घेण्यासाठी कारुग्वे दाम्पत्य आणि रेमा हॉस्पिटलला गेले. सेमिरा मनोरुग्णांच्या वॉर्डमध्ये होती. अंजामीला अर्भकांच्या वॉर्डमध्ये ठेवलं होतं.

"सेमिरा, कशी आहेस तू?" रेमांनी तिच्या बेडजवळ जाऊन विचारलं.

"अरे, रेमादीदी, तुम्ही कधी आलात? मी ठीक आहे, तुम्ही कशा आहात? आणि आज वफा नाही आली?"

"मी ठीक आहे. वफा जरा कामात होती. बरं, अंजामी कशी आहे?"

"अंजामी? कोण अंजामी? इथली नर्सदेखील मला सारखी अंजामीला आणू का असं विचारत असते. मला तर काहीच कळत नाही."

"ठीक आहे. बरं, मला सांग, तू तुझी औषधं वेळेवर घेत असतेस ना?"

"हो, अगदी वेळेवर. ते अबुबकर डॉक्टरकाका आहेत ना, ते देखील मला हेच विचारत असतात. बरं, आज तुमच्याबरोबर हे कोण आले आहेत?"

"हे माझे परिचित, सेलिन आणि जाँ-पेयर कारुग्वे. इथे अंजामेनातच असतात. त्यांचं इथे एक हॉटेल आहे." रेमा म्हणाल्या.

"असं? तुमच्या हॉटेलमध्ये रेस्टॉरंट आहे का, जाँ-पेयर?'

"हो, आहे ना. का बरं?" ते म्हणाले.

"मी नोकरीच्या शोधात आहे. पूर्वी मी खार्तूममध्ये एका तुर्की रेस्टॉरंटमध्ये चार वर्षं काम केलं आहे. मी इटालियन डिशेस बनवते..." अशी सुरुवात करून सेमिराने आपण इटालियन पदार्थ बनवायला कसे शिकलो, खार्तूममध्ये कामाचा कसा अनुभव आला, हे सर्व काही सुसंगतरीत्या सांगितलं. ते ऐकून जाँ-पेयर म्हणाले,

"मी आमच्या रेस्टॉरंटचा विस्तार करायचा विचार करत आहे. तसं केलं तर नक्की तुझ्याशी संपर्क साधतो."

"फार छान होईल. मला इथं खूप कंटाळा आला आहे. तुम्ही मला काम देऊन तर पाहा. माझ्या हातचे 'ॲनोलोनी इन ब्रोडो' किंवा 'कॅनेलोनी रिकोटा ए स्पिनाची' हे पास्ता आणि 'क्वात्रो फॉर्माजी' किंवा 'प्रॉस्क्विटो ए फंगी' हे पिझ्झा खाल्ले तर म्हणाल की इटलीमध्येसुद्धा इतके चविष्ट पास्ता आणि पिझ्झा मिळणार नाहीत!"

"अरे वा, तू ठीक झालीस की तुला एकदा आमच्या घरी हे पदार्थ करायला बोलावलं पाहिजे." सेलिन म्हणाल्या.

"मला इथून सोडल्याची पार्टी आपण तुमच्या घरी करू; पण माझी एक अट आहे." सेमिरा म्हणाली.

"असं? कोणती बरं?" सेलिननी विचारलं.

''त्या पार्टीला रेमादीदी आणि वफाला आमंत्रण असलं पाहिजे.'' हे ऐकल्यावर रेमांच्या डोळ्यात पाणी आलं. ते सेमिराच्या नकळत त्यांनी पुसलं.

''आपण त्यांना नक्की बोलावू.'' सेलिन म्हणाली.

''सेमिरा, आम्ही निघतो. यांना जायचं आहे, आणि मलादेखील काम आहे. वफा उद्या येईलच. आणि मीदेखील जमेल तशी चक्कर टाकेन.'' रेमा म्हणाल्या.

''गुड बाय, दीदी, गुड बाय सेलिन आणि जाँ-पेयर, सी यू अगेन.'' सेमिरा म्हणाली.

हॉस्पिटलच्या कार्यालयात जाऊन अंजामीला कारुग्वे दाम्पत्याकडे सोपवायचे कायदेशीर सोपस्कार पार पाडून, अंजामीला घेऊन ते सारे तेथून निघून गेले. सेमिरा आणि अंजामीच्या फारकतीला सुरुवात झाली होती. ती किती काळ राहील याची त्या सर्वांपैकी कोणालाही कल्पना नव्हती. सेमिराला सद्य: परिस्थितीत ते समजणं अशक्यप्राय होतं.

त्यानंतर तीन आठवड्यांनी वफा रेमांना भेटायला गेली.

''मॅडम, काल संध्याकाळी मी हॉस्पिटलमध्ये गेले होते. सेमिराच्या बाबतीत एक नवीनच समस्या उद्‌भवली आहे.''

''काय झालं, वफा?''

''सेमिरा, अंजामी कुठे आहे असं म्हणत होती. ती म्हणाली की इथल्या हॉस्पिटलमधील लोकांनी कदाचित तिला कोणाला तरी देऊन टाकली असावी, म्हणूनच तिला माझ्याकडे आणायची टाळाटाळ करत असावेत. आता काय करायचं, मॅडम?''

त्यावर थोडा विचार करून रेमा म्हणाल्या,

''वफा, आज ती मुलीला मागतेय, उद्या ती म्हणेल, 'ही कोणाची मुलगी आहे'. असे प्रसंग खूप भावनावश असतात; पण आपल्याला मन घट्ट करून कठोर निर्णय घ्यावे लागतात. आता तिने मुलीची कितीही आठवण काढली तरी जोपर्यंत ती स्मृतिभ्रंशाच्या विकारातून पूर्णपणे बरी होत नाही, तोपर्यंत अंजामीला तिच्या ताब्यात देता येणार नाही. मी तिला कधीतरी सांगेन, की आम्ही थोड्या दिवसांसाठी मुलीला तिची देखभाल करण्याकरिता कारुग्वे दाम्पत्याकडे सोपवलं आहे, आणि तुझी प्रकृती सुधारली की तिला तुझ्याकडे पुन्हा देण्यात येईल.''

दिवसांमागून दिवस जात होते. सेमिराच्या परिस्थितीत काहीही फरक पडला नव्हता. उलट एखाद्या कालखंडाची स्मरणशक्ती नाहीशी होण्याचा कालावधी वाढला होता. वफाच्या निरीक्षणावरून डॉक्टरांनी आणि रेमांनी ते अनुमान काढले होते. सेमिराची प्रसूती होऊन सहा महिने आणि अंजामीला कारुग्वे दाम्पत्याकडे सोपवून साडेचार महिने झाले होते.

रेमा संध्याकाळी सहा-साडेसहा वाजेपर्यंत काम करत बसायच्या. त्या दिवशी, म्हणजे ३० मार्चच्या संध्याकाळी त्या एका सहकाऱ्याशी काही कामासंदर्भात बोलत होत्या. अचानक घाबरलेल्या चेहऱ्याची वफा तडक त्यांच्या ऑफिसमध्ये गेली. नेहमी त्या एकट्या असतानाच आणि त्यांची परवानगी घेऊन त्यांच्या ऑफिसमध्ये जाणारी वफा अशी अचानक का आली याचं रेमांना आश्चर्य वाटलं. त्या तिला खुलासा विचारणार इतक्यात तिच्या चेहऱ्याकडे पाहिल्यावर त्यांच्या लक्षात आलं की काहीतरी अघटित घडलं आहे. रेमांना पाहताच वफा रडू लागली होती.

"वफा, काय झालंय? तू शांत हो, वफा." रेमा उठून तिच्या पाठीवरून हात फिरवत म्हणाल्या.

"मॅडम, सेमिरा...सेमिरा..."

"काय झालंय सेमिराला? वफा, शांत हो, मला सांग, काय झालंय." एव्हाना रेमा देखील घाबरून गेल्या होत्या. सेमिराच्या बाबतीत काहीतरी गंभीर घटना घडली आहे, हे त्यांनी ओळखलं. जरा शांत झालेली वफा म्हणाली,

"मॅडम, मी मघाशी सेमिराला भेटायला गेले, त्यावेळी वॉर्डमध्ये बरेच पोलीस होते. मी चौकशी केल्यावर एक नर्स म्हणाली, की आज दुपारपासून सेमिरा हॉस्पिटलमधून गायब झाली आहे!"

१७

वीस एप्रिल, २०१६ या दिवशी दुपारी तीन वाजून चाळीस मिनिटांनी सुटलेली आरोनची माड्रिड ते जिनिव्हा ही आयबेरिया एअरलाइन्सची फ्लाइट आयबी ३४८६ ठरलेल्या वेळेवर, म्हणजे बरोबर पाच वाजून चाळीस मिनिटांनी जिनिव्हाच्या कॉईनत्रिन विमानतळावर उतरली. आरोन पहिल्यांदाच स्वित्झर्लंडला येत होता. एअरपोर्टच्या बाहेर मोठ्या हॉटेल्सच्या शटल व्हॅन्स येणाऱ्या आणि जाणाऱ्या प्रवाशांसाठी हॉटेल ते एअरपोर्ट या मार्गावर चकरा मारत होत्या. आरोनला सांगितल्याप्रमाणे तो शटल सुटणाऱ्या गेट ६ येथे गेला. तेथे पाच-सहा मिनिटांत हॉटेल इंटरकॉन्टिनेन्टलची शटल आली. ड्रायव्हरने आरोनला 'बोन्जू मॅस्यु' असे म्हणून त्याची सुटकेस व्हॅनमध्ये ठेवली. इतर तीन प्रवासी तिच्यात बसल्यावर ती हॉटेलकडे निघाली. पंधरा मिनिटांत ती रुत द फर्नी आणि शेमँ दु पेतीत-साकोने यांच्या कोपऱ्यावरील भल्या मोठ्या पंचतारांकित हॉटेल इंटरकॉन्टिनेन्टल समोर थांबली. हॉटेलच्या स्टाफने सर्वांचं सामान आत घेतलं. आरोनने रिसेप्शन काउंटरवर चेक-इन करताना तेथील मुलीने सहजच त्याला विचारलं,

"सर, आपण बिझिनेससाठी की सुटीसाठी इकडे आला आहात?"

"बिझिनेस. मला 'डब्ल्यूएचओ'मध्ये एका मीटिंगला हजर राहायचं आहे."

"ओह, असं होय. इथून दहा मिनिटांत तुम्ही तिथे चालत जाऊ शकाल. तुम्हाला रस्ता ठाऊक आहे?"

"नाही, पहिल्यांदाच इथे आलो आहे."

"काही हरकत नाही. बरं, हा घ्या नकाशा," असं म्हणून तिने जिनिव्हाचा नकाशा उघडला. "हे पाहा, आपण इथे आहोत, आणि तुम्हाला इथे जायचं आहे. हा नकाशा ठेवा तुमच्याकडे. आणि या जिनिव्हा ट्रॅव्हल कार्डच्या आधारे तुम्ही साऱ्या जिनिव्हात ट्रॅम आणि बसने कुठेही मोफत फिरू शकता."

आरोनने ते पाहून घेतले. तो म्हणाला,

"अरे वा, छान. थँक्स, 'डब्ल्यूएचओ' अगदीच जवळ आहे. तुम्ही सांगितल्यामुळे माझं काम सोपं झालं. चला, गुड बाय," असं म्हणून आरोनने तिच्याकडून रूमचं कार्ड घेतलं.

'डब्ल्यूएचओ'ने म्हणजे जागतिक आरोग्य संघटनेने 'नवीन तंत्रज्ञान आणि हॉस्पिटल व्यवस्थापन' या विषयावर आयोजित केलेल्या तीन दिवसांच्या कार्यशाळेसाठी डॉ. ऑगस्टिन्होनी आरोनला जिनिव्हाला पाठवलं होतं.

हॉटेलचा परिसर रमणीय होता. आरोन रोज संध्याकाळी हॉटेलच्या आसपास पायी फिरून यायचा. त्याने संयुक्त राष्ट्रसंघाचे विभागीय कार्यालय असलेली भव्य इमारत बाहेरून पाहिली. तसेच, जवळील आंतरराष्ट्रीय रेड क्रॉस समिती, आंतरराष्ट्रीय श्रम संघटना यांची मुख्यालयेदेखील पाहिली. त्याची कार्यशाळा बुधवारी संपणार होती. तो गुरुवारी रात्रीच्या फ्लाइटने माद्रिडला परतणार होता. बुधवारी संध्याकाळी तो रु द फ्रान्सवर एका इथिओपियन रेस्टॉरंटमध्ये जेवायला गेला. ते ठिकाण हॉटेल-पासून फार दूर नव्हतं. म्हणून तो चालतच तिकडे निघाला. वाटेत रु द फ्रान्स आणि रु द मॉब्रिलां यांच्या कोपऱ्यावर संयुक्त राष्ट्रसंघाच्या निर्वासित उच्चायुक्तांचे मुख्य कार्यालय होते. ते पाहिल्यावर आरोनच्या मनात विचार आला, की सेमिरा कुठल्यातरी देशात निर्वासित म्हणून राहत तर नसेल? त्याने विचार केला की त्या दृष्टिकोनातून चौकशी करायला हवी.

दुसऱ्या दिवशी सकाळी त्याने नाश्ता लवकर घेतला. तो बरोबर साडेआठ वाजता निर्वासित उच्चायुक्तांच्या मुख्य कार्यालयात पोचला. तेथील स्वागतकक्षातील तरुणीस त्याने आपल्याला जनसंपर्क अधिकाऱ्यांची भेट घ्यायची आहे, असं सांगितलं. तिने त्याला विचारलं,

"तुमची भेटीची वेळ ठरली आहे का?"

"नाही."

"असं! कामाचं स्वरूप काय आहे?"

"माझ्या निर्वासित बहिणीचा शोध घ्यायचा आहे." आरोन म्हणाला.

"एक मिनिट हं, मी ते मोकळे आहेत का विचारते," असं म्हणून तिने एक अंतर्गत फोन लावला व फ्रेंचमध्ये थोडं बोलून तो बंद केला. ती आरोनला म्हणाली,

"माझ्या बरोबर या, मी तुम्हाला त्यांच्याकडे घेऊन जाते. ते मोकळे आहेत."

"थँक्स," म्हणून आरोन तिच्याबरोबर गेला. तिने एका ऑफिसच्या दारावर हलकेच 'टकटक' केलं व दार उघडलं. आतून पस्तिशीचे एक गृहस्थ उठून दाराशी आले होते. त्यांना पाहताच आरोन म्हणाला,

"गुड मॉर्निंग सर, मी आरोन किफले."

''गुड मॉर्निंग, मिस्टर किफले. मी व्होल्कर स्टार्क. निर्वासित उच्चायुक्तालयाचा जनसंपर्क अधिकारी. बसा.''

आरोन बसल्यावर मि. स्टार्कना म्हणाला,

''मी आपल्या भेटीची वेळ न घेता आलो, त्याबद्दल क्षमस्व. इथे एका कामासाठी आलो होतो; पण आपल्याला भेटायला यायचं कारण सांगतो. मी एरिट्रियाचा आहे. मी २००९मध्ये निर्वासित झालो; पण तुमच्या कार्यालयाच्या पुढाकाराने स्पेनमध्ये माझं पुनर्वसन झालं आहे. माझी बहीण देखील निर्वासित झाली असण्याची शक्यता आहे. माझा आणि तिचा संपर्क तुटला आहे. मी तिचा शोध घेत आहे. यात तुमच्याकडून काही मदत होऊ शकते का, हे पाहण्यासाठी आपल्याला भेटायला आलो आहे.''

''अच्छा! तुमच्या बहिणीचा शोध घेण्यासाठी बरंच काही करता येण्यासारखं आहे. तुम्हाला इथलं आंतरराष्ट्रीय रेड क्रॉस समितीचं मुख्यालय कुठे आहे हे ठाऊक आहे?''

''हो, ते अव्हेन्यू आपियावर आहे.''

''बरोबर. आंतरराष्ट्रीय रेड क्रॉस समिती युद्ध, हिंसाचार किंवा अराजक यांची झळ बसलेल्यांना मानवतावादी दृष्टिकोनातून निप:क्षपातीपणे मदत करत असते. त्यांच्या या कामाचा एक भाग एकाच कुटुंबातील सदस्यांची फारकत झाली असेल तर त्यांचा एकमेकांशी संपर्क साधून देणं हा आहे. त्यासाठी त्यांचा एक वेगळा विभाग आहे. आम्ही जगाच्या वेगवेगळ्या देशांमधील आमच्या कार्यालयांत नोंद झालेल्या निर्वासितांची माहिती त्यांच्याकडे पाठवतो. तुम्हाला त्यांची मदत होऊ शकते. आमचं ऑफिस आणि रेड क्रॉस यांच्यात सहकार्य असतं आणि समन्वय साधला जातो. जर तुम्हाला आज वेळ असेल तर मी असं सुचवेन की तुम्ही त्या विभागाशी संपर्क साधावा. त्याची प्रमुख माझ्या चांगल्या माहितीची आहे. तिला फोन करून ती आज तुम्हाला भेटू शकते का हे पाहू?''

''फारच छान होईल तसं झालं तर,'' आरोन म्हणाला.

''ठीक आहे,'' असं म्हणून मि. स्टार्कनी फोन उचलला. फ्रेंचमध्ये काही मिनिटे बोलल्यावर त्यांनी फोन खाली ठेवला व ते आरोनला म्हणाले,

''गुड न्यूज. आज तुम्ही केटी सॅम्सला भेटू शकता. ती दहा वाजता मोकळी आहे.''

''असं, मी त्यांची भेट घेईन. मिस्टर स्टार्क, मी तुमचा खूप आभारी आहे. गेली कित्येक वर्षं मी बहिणीचा शोध घेण्यासाठी अंधारात चाचपडत होतो; पण आता माझ्या शोध मोहिमेला दिशा मिळेल असं वाटतं.''

''यू आर वेलकम, मि. किफले. मला खात्री आहे, की रेड क्रॉसच्या मदतीने

तुम्ही तुमच्या फारकत झालेल्या बहिणीचा शोध घेऊ शकाल. गुड लक आणि गुड बाय,'' असं म्हणून मि. स्टार्क उठले.

''थँक्स, मि. स्टार्क.''

त्यावेळी सकाळचे फक्त नऊ वाजले होते. आरोन तेथून चालत आंतरराष्ट्रीय रेड क्रॉसच्या मुख्यालयाकडे जायला निघाला. अव्हेन्यू आपिया आणि रुत द प्रेग्नी यांच्या कोपऱ्यावरील एका छोट्या टेकडीवर एका जुन्या आणि दोन-तीन नव्या इमारतींमध्ये ते मुख्यालय होतं. आरोन फक्त पंधरा मिनिटांत तेथे पोचला. केटी सॅम्स यांना भेटायला अजून थोडा वेळ होता. म्हणून आरोन स्वागतकक्षात तेथील काही पुस्तिका, माहितीपत्रके आणि रेड क्रॉस मासिके पाहत बसला. दहाला पाच मिनिटे कमी असताना त्याने स्वागतकक्षातील अधिकाऱ्याला आपल्याला केटी सॅम्सना भेटायचं आहे, असं सांगितलं. त्याने फोनवर त्यांच्याशी संपर्क साधला. तीन-चार मिनिटांत पस्तिशीच्या केटी सॅम्स तेथे पोचल्या. आरोनला पाहिल्यावर त्या म्हणाल्या,''मिस्टर किफले, मी केटी. व्होल्करने फोन करून मला तुमच्याबद्दल सांगितलं आहे, चला, आपण माझ्या ऑफिसकडे जाऊ,'' असं म्हणून तिने आरोनशी हस्तांदोलन केलं. आरोन ''थँक्स'' म्हणून त्यांच्याबरोबर निघाला. त्यांचं ऑफिस लहानच होतं. संगणकाच्या टेबलसमोर एक खुर्ची होती आणि एका कोपऱ्यात एक गोल टेबल व तीन खुर्च्या होत्या. आरोन आणि मिस सॅम्स तेथे बसले.

''तुम्ही कॉफी घ्याल? मी माझ्यासाठी करणार आहेच.''

''ठीक आहे, बिनसाखरेची काळी कॉफी चालेल मला.'' आरोन म्हणाला.

मिस सॅम्सनी इलेक्ट्रिक केटल सुरू केली. एका रॅकमधून कागदाचे दोन कप व इन्स्टंट कॉफीची बाटली काढली. पाणी उकळल्यावर त्यांनी कॉफी केली. आरोनला त्याचा कप देऊन त्या म्हणाल्या,

''मि. किफले, सांगा, तुमची काय समस्या आहे?''

''मी मूळचा एरिट्रियाचा...'' अशी सुरुवात करून आरोनने स्वतःबद्दल आणि सेमिराबद्दल त्यांना थोडक्यात सांगितलं. मिस सॅम्स काही नोंदी करून घेत होत्या. आरोनचे सांगून झाल्यावर त्या म्हणाल्या,

''मि. किफले, आमच्या या विभागाला 'रिस्टोअरिंग फॅमिली लिंक्स' किंवा फक्त 'आरएफएल' असं म्हणतात. व्होल्करने तुम्हाला आमच्या कामाबद्दल सांगितलं आहे, असं तो फोनवर म्हणाला. गेली काही वर्षं आम्ही आमच्या कामाचं संगणकीकरण केलं आहे. आमच्या विभागाची स्वतंत्र वेबसाईट आहे. तिची माहिती या पुस्तिकेत आहे. ही तुम्ही घेऊन जा. सर्वांत महत्त्वाचं म्हणजे तुम्हाला या वेबसाईटवर जाऊन

रजिस्टर करावं लागेल. त्यात तुम्ही मला आत्ता सांगितलेली माहिती आणि ज्या व्यक्तीचा तुम्ही शोध घेऊ इच्छिता तिची जेवढी उपलब्ध असेल तेवढी माहिती तुम्हाला द्यावी लागेल. तुमचं रजिस्ट्रेशन म्हणजे एका अर्थी आम्हाला केलेली विनंतीच असते. तुम्ही रजिस्टर केल्यावर लगेच आम्ही शोध सुरू करतो. आमच्या हाती काही माहिती आली तर लगेच तुमच्याशी ई-मेल किंवा फोनवर आम्ही संपर्क साधतो.''

''अरे वा, छान. मी आजच रजिस्टर करतो.''

''जरूर करा. तुम्ही केव्हाही आमच्याशी संपर्क साधू शकता.''

''नक्की करेन; पण मला एक प्रश्न आहे. तुम्ही हरवलेल्या व्यक्तीचा शोध कसा घेता? त्यासाठी पोलिसांची मदत घेता का?''

''पोलिसांची मदत मुळीच घेत नाही. आमची जगाच्या वेगवेगळ्या भागात ऐंशी कार्यालयं आहेत. आम्ही स्थानिक रेड क्रॉस किंवा रेड क्रेसेंट सोसायटीच्या सहकार्याने हरवलेल्या व्यक्तींचा शोध घेतो. आमच्या या रेड क्रॉस-रेड क्रेसेंट चळवळीत हजारो कर्मचारी तर काम करतातच; पण साऱ्या जगभर या चळवळीचे आज एक कोटी वीस लाख स्वयंसेवक आहेत. त्यांची आम्ही मदत घेतो. ही जगातली सर्वांत जुनी आणि मोठी मानवतावादी संस्था आहे.''

''तुमचं काम खरंच कौतुकास्पद आहे. माझ्यासारख्यांच्या समस्या फक्त तुम्हीच सोडवू शकता.''

''युद्धग्रस्तांना मानवतावादी दृष्टिकोनातून निःपक्षपणे मदत करण्याची जबाबदारी आंतरराष्ट्रीय समुदायाने आमच्यावर सोपवली आहे. आम्ही ती पार पाडत असतो, इतकंच.''

''थँक्स, मिस सॅम्स. मी निघतो,'' असं म्हणून आरोन उठला.

''गुड बाय मिस्टर, किफले,'' असं म्हणून मिस सॅम्स त्याला निरोप देण्यासाठी उठल्या.

आरोन हॉटेलकडे जायला निघाला. जाता जाता त्याच्या मनात विचार आला, की या मोठ्या आंतरराष्ट्रीय संघटनांच्या मुख्यालयातील लोक किती सहानुभूतीने आपल्याला मदत करतात! तसं पाहिलं तर ते खूप कामात असतात; पण आपल्यासाठी त्यांनी वेळ काढला आणि मनापासून मदत केली. नंतर त्याला वाटलं, की ते सारे मानवतावादी संघटनांसाठी काम करत असल्यामुळे त्यांचा दृष्टिकोन देखील सहृदय झालेला असावा. हॉटेलच्या खोलीत गेल्या गेल्या त्याने त्याचा लॅपटॉप सुरू केला आणि केटी सॅम्स यांनी सुचविल्याप्रमाणे 'आरएफएल'च्या वेबसाईटवर जाऊन आपली माहिती रजिस्टर केली व आपण कोणाचा शोध घेऊ इच्छितो हे त्यात लिहिलं.

संध्याकाळी पाच वाजता हॉटेलच्या शटलने आरोन एअरपोर्टकडे गेला. त्याची फ्लाइट सात वाजून दहा मिनिटांनी सुटणार होती. ती वेळेत सुटली. माद्रिडला गेल्यानंतर आरोनने दिन्हाला जिनिव्हामधील कामगिरीचा वृत्तान्त सांगितला. ती म्हणाली,

''काय योगायोग असावा! तू कामानिमित्त जिनिव्हाला जावं आणि सेमिराच्या शोधाचे प्रयत्न करावेस! यातून काही फलनिष्पत्ती झाली तर फारच छान होईल.''

''दिन्हा, सेमिराच्या शोधासाठी मी प्रयत्न करत राहीन. जे काही संभाव्य मार्ग दिसतात, ते मला अजमावून पाहायचे आहेत.''

''आरोन, तुझ्या या साऱ्या प्रयत्नांना यश मिळावं आणि माझी नि तिची भेट लवकरात लवकर व्हावी, अशी माझीदेखील इच्छा आहे.''

१८

नायजेरिया १९६० मध्ये ब्रिटिशांपासून स्वतंत्र झाला. नायजेरियात पूर्वापार उत्तर आणि दक्षिण नायजेरिया अशी विभागणी झालेली. उत्तरेकडील लोकसंख्या बहुतांशी मुस्लीम, तर दक्षिणेकडील बहुतांशी ख्रिस्ती होती. स्वातंत्र्यानंतर १९९९ पर्यंत देशात अनेक उलथापालथी झालेल्या. सैनिकी अधिकाऱ्यांनी सत्तापालट केलेले आणि बऱ्याच भागात अराजक माजलेले; पण १९९९पासून सातत्याने लोकशाही सरकार सत्तेवर होते. निजर नदीमध्ये खनिज तेलाचे प्रचंड साठे असले तरी भ्रष्टाचारामुळे देशात दारिद्र्य होते. अशातच २००२मध्ये पश्चिम नायजेरिया, छाद, निजर येथे 'बोको हराम' या नावाने ओळखणाऱ्या दहशतवादी गटाने 'पश्चिम आफ्रिका इस्लामी राज्य' प्रस्थापित केले असल्याची घोषणा केली. त्याला ओसामा बिन लादेनने स्थापलेल्या 'अल कायदा' या शक्तिशाली दहशतवादी संघटनेचा पाठिंबा होता. बोको हरामने आपण 'उत्तर नायजेरियात इस्लामचे शुद्धीकरण करायची मोहीम हाती घेतली आहे' असे जाहीर केले आणि सरकारविरुद्ध सशस्त्र लढा पुकारला. त्यांच्या हल्ल्यांमध्ये आजवर सतरा ते वीस हजार लोक मृत्युमुखी पडले आणि जवळजवळ चोवीस लाख विस्थापित झाले. त्यांनी केलेल्या कित्येक आत्मघातकी बॉम्बस्फोटांमध्ये शेकडो लोक मृत्युमुखी पडलेले. त्यांपैकी काही धाडसी हल्ले राजधानी खुद्द अबुजामध्ये देखील त्यांनी घडवून आणलेले. शाळकरी मुलींना पळवून, डांबून ठेवून त्यांचे लैंगिक शोषण करणे, सेवाभावी संस्थांच्या कर्मचाऱ्यांचे अपहरण करून त्यांना ओलीस ठेवणे किंवा त्यांची हत्या करणे, खंडणीसाठी धनिकांचे अपहरण करणे, सरकारचे सैनिक हाती पडले तर त्यांचा अनन्वित छळ करून त्यांना मारून टाकणे अशा बोको हरामच्या क्रूर कारवायांमुळे जगातील अत्यंत धोकादायक आणि निष्ठुर सशस्त्र गटांमध्ये त्याची गणना केली गेली.

बोको हरामच्या सशस्त्र कारवाया आणि बॉम्बहल्ले यांचा केंद्रबिंदू होता नायजेरियाच्या

बोर्नो प्रदेशाची राजधानी मायदुगुरी. साडेपाच लाख वस्तीच्या या शहरात सातत्याने बॉम्बहल्ले होत आलेले. त्यांचे लक्ष्य होते शाळा, बाजार, तुरुंग आणि सरकारी इमारती. मायदुगुरीच्या आजूबाजूला सरकारी सैन्य आणि बोको हराम यांच्या वारंवार चकमकी होत. बोको हरामला मायदुगुरीवर हल्ला करून त्यावर ताबा मिळवायचा होता, तर सैन्याला तो थोपवून धरायचा होता.

बिंदीरची जुनाट टोयोटा लॅंडक्रुझर मायदुगुरीच्या दिशेने धावत होती. रस्ता कच्चा असल्याने धूळ उडत होती. आतील प्रवाशांना हादरे बसून बसून त्यांचे सांधे खिळखिळे झाले होते. रात्री साडेअकराला गाडी अंजामेनाहून निघाली होती. शहर सोडल्यावर लगेच कॅमरूनची हद्द लागली होती. कॅमरूनचे पहिले गाव कुसेरी सोडल्यावर कलामालुये राष्ट्रीय उद्यानातून गाडीचा रस्ता गेलेला. राष्ट्रीय उद्यान नावाचेच होते. हिरवळ किंवा झाडी यांचा त्यात मागमूसही नव्हता. फक्त हरणांचे सहा-सात कळप तेथे वास्तव्य करत असल्याने त्याला राष्ट्रीय उद्यान म्हटले जात होते. पहाटे दोन वाजता कॅमरून-नायजेरिया सीमा पार करून गाडी नायजेरियाच्या गाजिबू या गावी पोचली. तेथे थोडा वेळ थांबून पुढचा प्रवास सुरू झाला. पुढचे गाव होते माफा. गाडी तेथे पहाटे साडेतीन वाजता पोचली. माफा सोडल्यावर बिंदीर सर्व प्रवाशांना उद्देशून म्हणाला,

''इथून मायदुगुरी बेचाळीस किलोमीटरवर आहे. आपण दोन तासांत तिथे पोहोचू; पण या भागात अधूनमधून बोको हराम आणि सरकारी सैन्याच्या चकमकी होत असतात. जेव्हा चकमकी होतात तेव्हा वाहतूक थोपवून ठेवली जाते. ती किती वेळ थोपवली जाईल हे सांगता येत नाही.''

''गाडीवर गोळीबार होत नाही ना?'' एका प्रवाशाने विचारले.

''गाडीवर कधीच गोळीबार होत नाही. त्याबाबत तुम्ही काळजी करू नका. मला धोकादायक परिस्थिती दिसली तर मी माघारी फिरेन; पण तुम्हाला असुरक्षित भागात घेऊन जाणार नाही.'' बिंदीर आत्मविश्वासाने म्हणाला.

प्रवाशांना त्याच्या खुलाश्याने थोडं समाधान झालं; पण जोपर्यंत मायदुगुरीला पोचत नाही, तोपर्यंत डोक्यावर टांगती तलवार असणार होती. खराब रस्त्याच्या प्रवासाने थकलेल्या प्रवाशांच्या मनावर असुरक्षिततेचे ओझे होते. त्यामुळे वेळ जाता जात नव्हता. गाडीतील प्रवाशांमध्ये चार पुरुष आणि दोन बायका होत्या. त्यांच्यापैकी एक होती सेमिरा.

अंजामेनातील जनरल हॉस्पिटलमध्ये दुपारच्या वेळी फारसे लोक नसत. स्टाफ देखील जेवण्यात आणि जेवल्यावर गप्पा मारण्यात मग्न असायचा. सेमिराने ते पाहून ठेवलं होतं. तिने गेल्या सहा-सात दिवसांपासून पलायन करायचं ठरवलं होतं. तिच्याजवळ तिची एक जुनी बॅग होती. तिच्यामध्ये तिने काही डॉलर्स त्यांची बारीक

घडी करून एका लहान कप्प्यात ठेवले होते. त्यातले काही तिने लिबियाहून अंजामेनात आल्यावर बदलले होते. वॉर्डमधील साऱ्या नर्सेस बोलत बसलेल्या पाहून सेमिरा बेडवरून उठली. साऱ्या नर्सेस वॉर्डच्या डाव्या बाजूला असलेल्या एका खोलीत जेवायला बसत. दुपारी इतर पेशंट औषधांच्या गुंगीत किंवा झोपेत असत. सेमिराने आपली बॅग घेतली. वॉर्डचं दार उजव्या बाजूला होतं. तिथून एक कॉरिडॉर सुरू व्हायचा. त्याच्या दोन्ही बाजूला वेगवेगळ्या डॉक्टरांच्या खोल्या होत्या. कॉरिडॉरच्या शेवटी बाहेर पडायचा मुख्य दरवाजा होता. सेमिरा हलक्या पावलांनी कॉरिडॉरच्या एका बाजूला असलेल्या स्वच्छतागृहाकडे गेली. तिने हॉस्पिटलचा निळा गाऊन काढला व बॅगेतील 'थोब' अंगावर घातला. गाऊन कचऱ्याच्या डब्यात टाकला. नंतर ती कॉरिडॉरमधून मुख्य दरवाजाच्या दिशेने जाऊ लागली. त्यावेळी समोरून एक डॉक्टर आणि एक नर्स बोलत येत होते. सेमिरा त्यांच्याकडे न पाहता आपण कोणालातरी भेटायला आलेलो होतो, असे भाव चेहऱ्यावर ठेवून चालतच राहिली. कोणालाही शंका आली नाही की ती एक पेशंट असून, नर्सेसचा डोळा चुकवून हॉस्पिटलमधून पळून जात आहे. सेमिरा बाहेर पडली. हॉस्पिटलच्या मुख्य गेटजवळ रिक्षा स्टँड होते. तेथे जाऊन ती एका रिक्षात बसत रिक्षेवाल्याला म्हणाली,

"सेन्ट्रल मार्केट."

गेले आठ-दहा दिवस झाले, सेमिराला एक भ्रम झाला होता आणि तिने एकच ध्यास धरला होता. तिची अशी समजूत झाली होती की ख्रिसबरोबर तिने पाहिलेली मुलगी त्याला सोडून गेली आहे, ख्रिसने मानवी तस्करी करायचं कायमचं बंद केलं आहे, तो नायजेरियातील त्याच्या मायदुगुरी या मूळ गावी गेला असून, तो आता शेती करत आहे. तिकडे जाण्यापूर्वी त्याने आपला शोध घेतला; पण त्याला आपण हॉस्पिटलमध्ये आहोत हे समजण्याचा मार्ग नसल्याने तो एकटाच तिकडे गेलेला आहे. त्याला आता तिची आणि त्यांच्या मुलीची आठवण येत असून, तो दोघींच्या शोधात आहे. ख्रिसला घेऊन आपण परत अंजामेनाला येऊ आणि रेमादीदींना सांगून अंजामीला आपल्याकडे घेऊ. नंतर सारे मिळून कोठेतरी घर करू, असे मनसुबे ती आपल्या भ्रमात रचत होती.

सेन्ट्रल मार्केटजवळून बऱ्याच बसेस आणि खासगी गाड्या वेगवेगळ्या गावांना जायला सुटतात, हे सेमिराच्या लक्षात होतं. तिने मायदुगुरीला जाणाऱ्या गाड्यांची चौकशी केली. तिला समजलं, की बिंदीर नावाचा एक माणूस आज रात्री आपली लँडक्रूझर घेऊन मायदुगुरीला जाणार आहे. सेमिराने बिंदीरला शोधलं. पन्नास डॉलर्समध्ये तो तिला घेऊन जायला तयार झाला. सेमिराला ठाऊक होतं, की मायदुगुरीचा मार्ग कॅमरूनमधून जातो; पण सीमेवर तपासणी वगैरे काही होत नसे. त्या मार्गावर बिंदीर नेहमी जा – ये करायचा. त्यामुळे त्याची सीमेवरील सुरक्षा

कर्मचाऱ्यांशी चांगली ओळख होती. तो त्यांना दर महिन्याला ठरावीक रक्कम देत असे. बिंदीरने सेमिराला साडेदहा वाजता परत यायला सांगितलं. ती बरेच दिवस हॉस्पिटलमध्ये पडून असल्याने मार्केटच्या आसपास पायी फिरून आली. नंतर एका लहान रेस्टॉरंटमध्ये जाऊन जेवली. जेवण झाल्यावर मार्केटजवळ साडेदहा वाजायची वाट पाहत बसली.

बिंदीरच्या गाडीने माफा सोडून फक्त वीस मिनिटे झाली होती. त्याला गाडीच्या लाइट्समध्ये रस्त्यावर सैन्याचे चेक-पोस्ट दिसले. तेथील सैनिकांनी गाडी थांबायचा इशारा केला. बिंदीरने गाडी थांबवली व तो उतरला.

''कुठे निघाला आहेस?'' एका बंदूकधारी सैनिकाने विचारलं.

''मायदुगुरीला चाललोय. गाडीत सहाजण आहेत.'' बिंदीर म्हणाला.

''पुढे चकमकी सुरू आहेत. त्या थांबल्याशिवाय पुढे जाता येणार नाही.''

''किती वेळ लागेल?''

''काही सांगू शकत नाही. गाडी येथे बाजूला लाव आणि वाट पाहत बस. नाहीतर माघारी माफात जाऊन थांब; पण पुढे जाता येणार नाही.''

''ठीक आहे, प्रवाशांना विचारून पाहतो,'' असं म्हणून बिंदीर गाडीकडे आला आणि त्याने प्रवाशांना परिस्थिती काय आहे आणि तो सैनिक काय म्हणाला हे सांगितलं. बरेचसे प्रवासी म्हणाले, की येथे आडवळणी थांबण्यापेक्षा माफात जाऊन थांबावं. खायला-प्यायला तरी मिळेल. इकडून येणाऱ्या गाड्या दिसू लागल्या की रस्ता सुरू झाला आहे, हे समजेल. सर्वानुमते माफाला जायचं ठरलं. बिंदीरने गाडी वळवली आणि माफाच्या दिशेला घेतली. गाडी थोडी पुढे गेल्यावर एका प्रवाशाने बिंदीरला विचारलं,

''इकडून कोंडुल्वामार्गे एक रस्ता मायदुगुरीला जातो. त्याने का घेत नाहीस?''

''मला माहीत आहे तो रस्ता; पण मी खूप दिवसांत त्या रस्त्याने गेलो नाही. हल्ली तो चांगल्या स्थितीत आहे की नाही मला ठाऊक नाही.''

''मी अलीकडेच त्या मार्गे गेलो होतो. रस्ता काही वाईट नाही. माफात वेळ घालवण्यापेक्षा दीड-दोन तासात मायदुगुरीला पोहोचू.''

इतर प्रवाशांनी देखील त्याला दुजोरा दिला. सेमिरा मात्र गप्प बसून होती. तिला कोणत्याही मार्गाने मायदुगुरीला पोहोचायचे होते. बिंदीर शेवटी त्या मार्गाने गाडी घ्यायला तयार झाला. माफाच्या दिशेने अजून चार-पाच किलोमीटर गेल्यावर उजवीकडे कोंडुल्वाचा रस्ता होता. गाडी तेथे पोचल्यावर बिंदीरने रस्ता बरोबर असल्याची खात्री केली व गाडी तिकडे वळवली. रस्त्याची स्थिती वाईट नव्हती. अर्धा तास झाल्यावर कोंडुल्वाचे दिवे दिसू लागले. पहाटेचे पाच वाजत आले होते. गाडी गावाजवळ पोचायला पाच मिनिटे कमी होती. इतक्यात बिंदीरला रस्त्यावर

अडथळे उभे केलेले दिसले. रस्त्यावर कोणी दिसत नव्हते. त्याने गाडी त्या ठिकाणी थांबवली. रस्त्यावर बॅरल्स आणि जुने टायर्स लावून तो बंद केला होता. गाडी थांबताच दहा-बारा सशस्त्र सैनिकांनी गाडीला वेढा घातला. त्या सैनिकांनी काळे कपडे घातलेले, तोंड चौकड्याच्या मोठ्या रुमालांनी बांधले होते, त्यांच्या गळ्यात काडतुसांच्या माळा होत्या आणि हातात मशिनगन्स. त्यांना पाहताच बिंदीर दबक्या आवाजात म्हणाला,

"बाप रे, बोको हराम!"

हे ऐकताच सारे घाबरून गेले. त्या सैनिकांचा म्होरक्या पुढे आला आणि बिंदीरला म्हणाला,

"सगळेजण खाली उतरा. तुमची झडती घ्यायची आहे."

सगळे प्रवासी पटपट खाली उतरले. त्यांची गाळण उडाली होती. एका सैनिकाने गाडीत शस्त्रास्त्रे किंवा स्फोटके नसल्याची खात्री करून घेतली. नंतर त्याने प्रवाशांचे सामान तपासले. तो म्होरक्याला म्हणाला,

"यांच्याकडे बंदुका नाहीत." त्यावर तो म्होरक्या सर्वांना उद्देशून म्हणाला,

"हे पाहा, आम्ही गाडी पुढे जाऊ देणार नाही. गाडी आम्हाला वापरायची आहे. तुम्ही चालत कोंडुल्वाला जा. गाव आमच्या ताब्यात आहे. गावात कर्फ्यू आहे. रस्त्यावर दिसता क्षणी गोळी घातली जाईल असे सर्वांना सांगितले आहे. गावात जाऊन एखाद्या घरात आसरा घ्या."

"आम्ही मायदुगुरीला कसे जाणार?" एका प्रवाशाने धाडस करून त्या म्होरक्याला विचारलं.

"ते आम्ही आत्ताच सांगू शकत नाही. काल इथे मोठ्या चकमकी झाल्या. आम्ही सरकारी सैनिकांना इथून हुसकून लावलं आहे. चला, चालायला लागा, आमचा जास्त वेळ घेऊ नका."

ते ऐकताच सारेजण गावाच्या दिशेने चालू लागले. ज्या प्रवाशांकडे जड सामान होते त्यांची तारांबळ उडाली; पण ते काही तक्रार करू शकत नव्हते. रडकुंडीला आलेला बिंदीर प्रवाशांना उद्देशून म्हणाला,

"तुमच्यामुळे या रस्त्याने येऊन मूर्खपणा केला. माझी गाडी गेली. आता मी रस्त्यावर येणार. भाडं करून चार पैसे मिळत होते, ते बंद होणार. आता बायको-पोरांना काय खायला घालू?"

ज्या प्रवाशाने त्याला तो रस्ता सुचवला होता तो म्हणाला,

"आम्ही फक्त सुचवलं. तू नकार द्यायचा होतास! आम्ही काही तुझ्यावर बळजबरी केली नाही. तुला देखील लवकरात लवकर मायदुगुरीला जायचंच होतं. आम्हाला दोष देऊ नकोस."

त्यावर बिंदीर गप्प बसला. सेमिरा शांतपणे सर्वांबरोबर चालत होती. सारेजण अर्धा किलोमीटर चालून गावात पोचले. सकाळ झाली होती. गावात सगळीकडे बोको हरामचे सैनिक दिसत होते. एक लहान रेस्टॉरंट उघडले होते. सारेजण तेथे गेले. कोणी चहा घेतला, कोणी खायला ब्रेड आणि बिस्किटे घेतली. सेमिराने कॉफी घेतली. तिला भूक नव्हती. रेस्टॉरंटची इमारत म्हणजे मातीचे घरच होते. जमीन सारवलेली आणि बसायला लाकडी बाक होते आणि त्यांच्या समोर जुनाट लाकडी टेबल्स होती. त्याचा मालक अमानू त्यांना म्हणाला,

"तीन दिवसांपूर्वी जोरदार लढाई झाली. सगळे लोक घरांची दारे-खिडक्या बंद करून बसले होते. रस्त्यांवर प्रेतांचा खच पडला होता. खूप सरकारी सैनिक मारले गेले. उरलेले निघून गेल्यावर बोको हरामनी गाव आपण काबीज केलं आहे, असं जाहीर केलं. जीपला लाउड स्पीकर लावून साऱ्या गावात घोषणा देत होते. जे कोणी त्यांच्या आज्ञा पळणार नाहीत त्यांना जागच्या जागी गोळ्या घातल्या जातील म्हणाले. मी भीत भीत काल रेस्टॉरंट उघडलं. लोक अजून घाबरलेले आहेत."

"इथून मायदुगुरीला गाड्या जातात का?" एका प्रवाशाने विचारलं.

"पूर्वी जायच्या. परवापासून बंद झाल्यात. कधी सुरू होतील माहीत नाही." अमानू म्हणाला.

हे ऐकल्यावर सारेजण काळजीत पडले. त्यांच्यात्यांच्यात चर्चा सुरू झाली. त्यांची चर्चा ऐकून अमानू म्हणाला,

"मागे माझ्या दोन खोल्या आहेत. एका खोलीत पुरुष आणि दुसऱ्या खोलीत बायका राहू शकतील. तुम्हाला जे काही द्यायचं ते द्या." त्याला ठाऊक होतं की ते सारे त्याच्या रेस्टॉरंटमध्येच जेवणार. त्याचे पैसे आणि राहण्याचे थोडेफार, अशी त्याची बऱ्यापैकी कमाई होईल.

अमानूच्या प्रस्तावाला सारे तयार झाले. त्यांना दुसरा काही पर्याय नव्हता.

११

आरोनला जिनिव्हावरून परतून दोन आठवडे झाले होते. मे महिन्याची ९ तारीख होती. त्या दिवशी सोमवार होता. आरोनला कधी एकदा दिन्हाला भेटतो असं झालं होतं. दिन्हा तिचे काम संपल्यावर नेहमी आरोनकडे जायची; कारण मेट्रो स्टेशन त्याच्या हॉस्पिटलजवळ होतं. नेहमीप्रमाणे दिन्हा आली. तिला पाहताच आरोन म्हणाला,

''दिन्हा, एक आनंदाची आणि एक खेदाची बातमी आहे.''

''कसली रे?''

''मला जिनिव्हावरून केटी सॅम्स यांची मेल आली. सेमिराचा शोध लागला. ती छादमध्ये निर्वासित होती; पण तिच्यावर छादच्या जनरल हॉस्पिटलमध्ये मानसोपचार चालू होते आणि मार्चच्या २० तारखेला ती हॉस्पिटलमधून गूढ रीत्या गायब झाली आहे. निर्वासित कार्यालय तिचा शोध घेत आहे; पण अजून काही धागेदोरे हाती आलेले नाहीत.''

''खरंच? आरोन, काय दुर्दैवी परिस्थिती झाली रे! बिचारीचा शोध लागला; पण ती पुन्हा बेपत्ता झाली. थोडं आधी समजलं असतं तर कदाचित असं झालं नसतं.''

''आता त्या बोलण्याला काही अर्थ नाही. पुढे काय करायचं पाहायला हवं.''

''आपण काय करणार? ते शोध घेत असावेत.''

''ते खरं आहे; पण ते कितपत बारकाईने तिचा शोध घेत आहेत याची मला शंका आहे. मला वाटतं मी अंजामेनाला जाऊन यावं.''

''जायला हरकत नाही. निदान तिच्या तिथल्या वास्तव्याबद्दल अधिक माहिती मिळेल. कोण जाणे, तिला शोधण्यासाठी ती उपयोगाला येईल.''

''हो, केटी सॅम्स यांनी अंजामेनाच्या निर्वासित कार्यालयातल्या रेमा बुस्तानी नावाच्या एका बाईंचा ई-मेल पत्ता कळवला आहे. त्यांना मी आजच मेल पाठवली.

त्या काय म्हणतात पाहू.'' आरोन म्हणाला.

''ठीक आहे, त्यांचं उत्तर आल्यावर तू तिकडे जायचं की नाही हे ठरव.''

दुसऱ्या दिवशी दुपारी रेमांचं उत्तर आलं. त्यांनी आरोनला सेमिराने २०१० मध्ये अस्मारा सोडल्यापासून तिच्या आयुष्यात घडलेल्या ठळक घडामोडी कळवल्या होत्या. आरोनने ती मेल दिन्हाला फॉरवर्ड केली. त्या संध्याकाळी त्यांची भेट झाल्यावर ते दोघे सेमिराच्या बाबतीत झालेल्या घडामोडींबद्दल खूप वेळ बोलत बसले. रेमांनी आरोनला सेमिराचे सुदानमधले वास्तव्य, तिचे अंजामेनास येणे, तिचा ख्रिसशी आलेला संबंध, लिबियामार्गे युरोपला जायचा असफल प्रयत्न, अंजामीचा जन्म, सेमिराचा मनोविकार अशा सर्व गोष्टींची माहिती कळवली होती. आरोन आणि दिन्हा यांची प्रदीर्घ चर्चा झाल्यावर असं ठरलं की आरोनने एक आठवड्याची सुटी घेऊन अंजामेनाला चार दिवसांसाठी जावं.

''दिन्हा, सेमिराचा शोध लागेल; पण त्याला कदाचित वेळ लागेल. किती वेळ लागेल याचा काहीच अंदाज करता येत नाही; पण दरम्यान मला माझी भाची पहावीशी वाटते. त्याची उत्सुकता लागून राहिली आहे.''

''खरं आहे, आरोन. तिच्या रूपानी एका अर्थी सेमिराच तुला भेटेल म्हणायचं.''

''दिन्हा, माझ्या मनात एक विचार येतोय. जोपर्यंत सेमिराचा शोध लागत नाही, तोपर्यंत आपण अंजामीचा सांभाळ करूया?''

त्यावर काहीही विचार न करता दिन्हा म्हणाली,

''मी त्यासाठी एका पायावर तयार आहे. आपण तिच्यासाठी घराजवळ एखादं पाळणाघर पाहू. तिची जन्मतारीख काय आहे?''

''वीस सप्टेंबर. आता ती आठ महिन्यांची आहे.'' आरोन म्हणाला.

''ठीक आहे, तू त्या दृष्टिकोनातून तिकडे गेल्यावर चर्चा कर. मला वाटतं निर्वासित कार्यालयाकडेच तिची जबाबदारी असणार.''

''नक्कीच. पाहतो तिकडे गेल्यावर त्यांचे अधिकारी काय म्हणतात.''

आरोन २३ मे या दिवशी अंजामेनाला पोहोचला. त्याने इंटरनेटवरून 'हॉटेल आयबिस अंजामेना छादियेन'मध्ये खोली आरक्षित केली होती. दुसऱ्या दिवशी तो रेमांना भेटायला गेला. त्याने आपण येत असल्याचं त्यांना कळवलं होतं. रेमांनी तो भेटल्यावर त्याला सेमिराविषयी अधिक माहिती दिली. ती देऊन झाल्यावर त्या म्हणाल्या,

''मिस्टर किफले, इथली परिस्थिती तुम्हाला ठाऊक आहेच. सारी सरकारी यंत्रणा हिंसाचार आणि अराजक यांच्यामुळे निर्माण झालेल्या समस्या निस्तरण्यात गुंतली आहे. हरवलेल्या व्यक्तींचा शोध घ्यायला त्यांच्याकडे वेळ नाही. सेमिरा छादमध्ये नसावी असं मला वाटतं. पासपोर्टविना देशाच्या सीमा पार करणं अतिशय

सोपं आहे. सेमिरा कोणत्याही देशात जाऊन आमच्या कार्यालयाच्या शाखेत गेली तर तिला शोधणं सोपं होईल. आम्ही आसपासच्या साऱ्या कार्यालयांना सतर्क केलं आहे. मला फक्त चिंता वाटते ती तिच्या मानसिक परिस्थितीविषयी.''

''मलादेखील त्याचीच भीती वाटते. बरं, मिसेस बुस्तानी, जोपर्यंत सेमिराचा शोध लागत नाही तोपर्यंत मी आणि माझी पत्नी दिन्हा, आम्ही दोघं अंजामीचा सांभाळ करू इच्छितो.''

हे ऐकल्यावर रेमांनी थोडा विचार केला. नंतर त्या म्हणाल्या,

''मिस्टर किफले, मी तुमच्या भावना समजू शकते. तुम्ही उद्या कारुग्वे दाम्पत्याला आणि अंजामीला भेटणार आहातच; पण तिला तुमच्याकडे सोपवण्यात अनेक अडचणी आहेत. अर्थात तुम्ही सेमिराचे भाऊ आहात याबद्दल मला स्वतःला मुळीच शंका नाही; पण आम्हाला त्यासाठीचे कायदेशीर पुरावे लागतात. समजा, ते जरी असले तरी अंजामीला स्पेनला घेऊन जाण्यासाठी तात्पुरता प्रवास परवाना आणि स्पेनचा व्हिसा यांची गरज भासेल. हे सारं जरी जमलं, तरी खरी अडचण ही आहे की आम्हाला सेमिराचा ठावठिकाणा समजल्यावर आणि तिची मानसिक स्थिती ठीक असल्याची खात्री झाल्यावर अंजामीला तिच्या ताब्यात द्यावं लागेल. म्हणून तोपर्यंत अंजामी आमच्या देखरेखीखाली असणं महत्त्वाचं आहे.''

हे ऐकल्यावर आरोन नाराज झाला; पण त्याला रेमांनी केलेला खुलासा पटला. तो म्हणाला,

''ठीक आहे, मिसेस बुस्तानी, मी त्यातल्या अडचणी समजू शकतो. बरं, तुम्ही मला सांगितलं की वफा नावाची एक तुमची कर्मचारी सेमिराची काळजी घेत होती. मी तिला भेटू शकतो?''

''नक्कीच. ती आमच्या निवारा केंद्रात आहे. तुम्हाला तिकडे घेऊन जायची व्यवस्था करते.''

''मिसेस बुस्तानी, तुम्ही स्वतः जातीने लक्ष घालून सेमिराचं प्रकरण हाताळत आहात, त्याबद्दल मी तुमचा खूप आभारी आहे.''

'मिस्टर किफले, ते तर आमचं कर्तव्यच आहे; पण सेमिराच्या बाबतीत सांगायचं तर मला तिची खूप दया आली. ती मनाने खूप चांगली मुलगी आहे आणि तिने खूप अन्याय सहन केला आहे. तिच्या साऱ्या समस्या मिटाव्यात यासाठी जे जे करावे लागेल ते ते मी करेन, तुम्ही निश्चिंत राहा. तुम्ही इथून जाण्यापूर्वी मला पुन्हा भेटा.''

''थँक्स, मिसेस बुस्तानी,'' असं म्हणून आरोनने त्यांचा निरोप घेतला.

निवारा केंद्रात गेल्यावर त्याला वफा भेटली. आरोन हा सेमिराचा भाऊ आहे हे समजल्यावर तिला खूप आनंद झाला.

''तुम्ही माझ्या बहिणीची खूप काळजी घेतली असं मला समजलं. तुमचे आभार मानण्यासाठी मी इकडे आलो आहे.''

''सेमिरा एकाकी पडली होती म्हणून मी तिच्या सोबत बराच वेळ राहायची. मी काही फारसं केलेलं नाही. ती गेल्यापासून मलादेखील चैन पडत नाही. तिची काळजी वाटते.''

''ती तुमच्याशी बोलताना कुठेतरी जायचं आहे असं कधी म्हणाली होती का?''

''तिने फक्त युरोपला जायचा ध्यास घेतलेला. दुसरीकडे कुठेही जायचं तिच्या डोक्यात नव्हतं. हां, मधूनमधून तुमची आठवण काढायची आणि म्हणायची की आरोन कुठे असेल? मला त्याला भेटायचं आहे.''

''असं? बरं, मला मिसेस बुस्तानींनी सांगितलं की सेमिरा लिबियातून आल्यावर सुहेल नावाच्या एका दुकानदाराने तिला खूप मदत केली.''

''हो, त्याचं दुकान ख्रिसच्या घरासमोर आहे. तुम्हाला ख्रिसबद्दल कळलं असेलच.''

''हो, मला ठाऊक आहे. मी उद्या सुहेलला भेटायला जाणार आहे. रेमांनी मला त्याचा पत्ता दिला आहे. बरं, हे पैसे घ्या, तुमच्या मुलांना कपडे किंवा अजून काहीतरी घ्या,'' असं म्हणून आरोनने वफाला तीनशे डॉलर्स देऊ केले.

''नाही नाही, मी पैसे घेणार नाही. मी सेमिरासाठी जे काही केलं ते पैशांसाठी मुळीच केलं नाही. फक्त तिला एकाकी वाटू नये आणि तिचा मानसिक त्रास वाढू नये म्हणून केलं. ती माझ्या धाकट्या बहिणीसारखी आहे.''

''ते मला ठाऊक आहे; पण मी त्यासाठी तुम्हाला पैसे देत नाही. हे पैसे फार नाहीत. तुमच्या तिच्यावरच्या प्रेमाचं प्रतीक म्हणून घ्या.'' आरोनने आग्रह करून तिला ते घ्यायला भाग पाडले. तिचे आभार मानून तो निघाला.

सुहेलचं दुकान शोधायला आरोनला वेळ लागला नाही. सकाळी दहा वाजता तो तिकडे गेलेला. सुहेलने नुकतंच दुकान उघडलं होतं. आरोनने आपली ओळख करून दिली.

''सेमिरा गायब झाल्यावर पोलीस माझ्याकडे चौकशीला आले होते; पण ती त्यावेळी माझ्याकडे आली नव्हती.''

''आपल्याला कुठेतरी जायचं आहे, असं काही तुमच्याजवळ म्हणाली होती?''

''युरोप सोडलं तर दुसरं तिच्या डोक्यात काहीही नव्हतं.''

''असं! तुम्ही आणि तुमच्या बायकोने तिला खूप मदत केली असं मला समजलं. ती चक्कर येऊन पडल्यावर तुम्ही तिला घरी घेऊन गेलात. मी तुमचा खूप आभारी आहे.''

"त्यात आभार कसले मानता? एकाकी पडलेली बिचारी सेमिरा अशा प्रसंगी कोणाकडे गेली असती? त्या दिवशी त्या नराधमाने तिला फसवल्याचा किती मोठा धक्का तिला बसला होता! मी जे केलं ते केवळ माणुसकीसाठी केलं."

"पण तुम्ही येथे नसता तर ती रस्त्यावर आली असती. हे पैसे तुमच्यासाठी ठेवा," असं म्हणून आरोनने सुहेलला तीनशे डॉलर्स देऊ केले. त्याने सुरुवातीस ते घ्यायला नकार दिला; पण आरोनचा मनापासून आग्रह पाहिल्यावर त्याने ते स्वीकारले.

"सुहेल, मला ख्रिसला पाहायचं आहे."

"असं? संध्याकाळी येऊ शकाल? तो बरोबर साडेपाचला घरातून बाहेर पडतो. नदीकडे धावायला जातो."

"ठीक आहे, मी येईन. थँक्स सुहेल."

दुपारी आरोन कारुग्वेंकडे गेला. त्यांना देखील रेमांनी आरोनबद्दल सांगितलं होतं. जाँ-पेयरनी आरोनला लंचचं आमंत्रण दिलं होतं. बरोबर साडेबारा वाजता तो त्यांच्या घरी पोहोचला. जाँ-पेयर आणि सेलिननी त्याचं स्वागत केलं. आरोनने त्यांच्यासाठी आणलेले बिस्किट्सचे बॉक्सेस आणि ताजी फळं दिली.

"तुम्ही दोघांनी अंजामीची जबाबदारी स्वीकारली, याबद्दल तुमचे आभार कसे मानू?"

"आम्हाला रेमांनी सेमिराची समस्या सांगितल्यावर आमचं मन हेलावलं. सेमिराने खूप अन्याय सहन केले आणि कठीण परिस्थितीला तिला तोंड द्यावं लागलं. तिची प्रकृतीची समस्या मिटेपर्यंत अंजामीची कोणीतरी जबाबदारी घेणं भाग होतं," जाँ-पेयर आरोनला म्हणाले आणि सेलिनकडे पाहत म्हणाले, "अंजामीला आणतेस?"

"हो आलेच," असं म्हणून सेलिन आत गेल्या. दोन तीन मिनिटांनी त्या अंजामीला घेऊन आल्या. त्यांच्याबरोबर अंजामीला सांभाळणारी एक पंधरा-सोळा वर्षांची मुलगी होती. आठ महिन्यांच्या अंजामीला फिक्कट पिवळ्या रंगाचा फ्रॉक घातला होता. आरोनने तिला आपल्याकडे घेतलं. डोळे मोठे करून ती आरोनकडे पाहत राहिली. अंजामी सेमिरावर गेली होती. तिला जवळ घेतल्यावर सेमिराच्या आठवणीने आरोनचे डोळे पाणावले. इतक्यात अंजामी रडू लागली.

"तिला वेगळा चेहरा पाहून आश्चर्य वाटलं असावं." सेलिन म्हणाल्या. त्यांनी त्या मुलीला अंजामीला आपल्याकडे घ्यायला सांगितलं आणि म्हणाल्या, "झोपेला आलीय ती आता."

आरोन, जाँ-पेयर आणि सेलिन बोलत बसले. एक वाजता ते तिघं जेवले. नंतर आरोन जाण्यापूर्वी एकदा आत जाऊन झोपी गेलेल्या अंजामीला पुन्हा एकदा पाहून

आला. त्याने अंजामीला सांभाळणाऱ्या मुलीला शंभर डॉलर्स दिले. तेवढे पैसे म्हणजे तिचा सहा महिन्यांचा पगार होता. ते पैसे मिळाल्यावर तिला हर्षवायूच झाला.

संध्याकाळी सव्वापाचला आरोन सुहेलच्या दुकानाकडे गेला. ख्रिस बाहेर पडल्यावर सुहेल आरोनला म्हणाला,

''हाच तो. आता नदीकाठी जाईल. तासा-दीड तासाने परत येईल.'' ख्रिस एकटाच होता. आरोनने सुहेलचा निरोप घेतला व बरंच अंतर मध्ये ठेवून तोदेखील नदीकडे गेला. नदीला समांतर लहान रस्त्यावर ख्रिस धावू लागला. आरोनने आपण मोबाइलवर नदीचे फोटो घेत आहोत असं भासवून ख्रिसचे जवळून चार-पाच फोटो घेतले.

अंजामेना सोडण्यापूर्वी आरोन रेमांना भेटायला गेला.

''मिसेस बुस्तानी, मी ज्या ज्या लोकांना भेटलो, ते सारे म्हणाले की सेमिराने फक्त युरोपला जायचा ध्यास घेतला होता. ती लिबियाला जाऊन पुन्हा एकदा युरोपला जायचा प्रयत्न तर करत नसावी?''

''ती शक्यता नाकारता येत नाही. शिवाय तिचा स्मृतिभ्रंश आणि भ्रम यांच्यामुळे काही सुसंगत निष्कर्ष काढणं अवघड आहे.''

''आता मला आशेचा एकच किरण दिसतो, आणि तो म्हणजे तिने एखाद्या निर्वासित कार्यालयाच्या शाखेशी संपर्क साधणं.'' आरोन म्हणाला.

''तसं झालं तर सर्वप्रथम मी तुम्हाला ती गोष्ट कळवेन.'' रेमा म्हणाल्या.

''थँक्स, मिसेस बुस्तानी,'' असं म्हणून आरोन उठला व त्याने त्यांचा निरोप घेतला.

२०

अंजामेनाहून आलेली मंडळी अमानूच्या रेस्टॉरंटमध्ये राहून दोन दिवस झाले. कर्फ्यू असल्यामुळे त्यांना बाहेर जाता येणं शक्य नव्हतं. सारी वाहतूक अर्थातच बंद होती. सर्वांना मायदुगुरीला जाण्यापेक्षा आपल्या जिवाची अधिक काळजी लागून राहिली होती. अमानूच्या रेस्टॉरंटमधली आणि त्या दोन खोल्यांमधली जागा अपुरी होती, पाणी अपुरे होते आणि खायला पदार्थ मोजकेच होते; पण कोणीही त्याबद्दल तक्रार करत नव्हतं. सेमिरा शांतपणे जे जे होईल ते ते सहन करत होती.

तिसऱ्या दिवशी पहाटे सारेजण साडेतीनला अचानक जागे झाले. गोळीबाराचा जोरदार आवाज येत होता. धुमश्चक्री सुरू झाली होती. सर्वांनी अंदाज केला की सरकारी सैन्य आणि बोको हराम यांच्यात चकमकी सुरू झाल्या असाव्यात. रेस्टॉरंटच्या आजूबाजूला मशिनगन्सच्या फैरी झाडल्याचे आणि ग्रेनेड फुटल्याचे आवाज येत होते. सारेजण घाबरून एका कोपऱ्यात बसले होते. चकमकी दोन तास चालल्या. त्या थंडावल्यावर त्यांनी एक दवंडी ऐकली. ''आम्ही सरकारी सैनिक आहोत. कोंडुल्वावर गेले चार दिवस बोको हरामच्या दहशतवाद्यांनी घेतलेला ताबा संपला आहे. आम्ही त्यांना इथून बाहेर काढलं असून, आमचा ताबा पुनर्प्रस्थापित केला आहे; परंतु इथे आणि मायदुगुरीच्या आसपास बऱ्याच चकमकी होण्याची शक्यता असल्याने आम्ही इथल्या साऱ्या रहिवाशांना इथून हलवणार असून त्यासाठी मिलिटरीचे ट्रक दोन तासांत इथे पोहोचतील. सर्वांनी जाण्यासाठी तयार राहावे. प्रत्येकाला फक्त एक लहान बॅग घेऊन जाता येईल. आम्ही विस्थापितांची सोय वेगवेगळ्या ठिकाणी करणार आहोत.''

हे ऐकल्यावर सर्वांची गाळण उडाली. मायदुगुरीला जाता येणार नाही या कल्पनेने सेमिरा अस्वस्थ झाली. आता परिस्थिती तिच्या हाताबाहेर गेली होती. सरकारी सैनिक जे सांगतील ते करण्याला पर्याय नव्हता. आता गावात कर्फ्यू

नव्हता. सैनिकांनी सर्व रहिवाशांना एकत्र केलं. कोण कुठले आहे याची वर्गवारी केली. जे लोक नायजेरियाचे नाहीत त्यांना वेगळे केले. सेमिरासहित असे एकोणीस लोक होते. वेगवेगळ्या गटांच्या गाड्या वेगवेगळ्या दिशेला जाऊ लागल्या. परदेशी लोकांच्या गटाला सांगण्यात आलं की त्यांना अबुजाला पाठवलं जाईल.

मायदुगुरी ते अबुजा हे अंतर साडेआठशे किलोमीटर होते. मिलिटरीचा ट्रक कोंडुल्वाहून सकाळी दहा वाजता निघाला. संध्याकाळी तो बाऊची या गावी पोचला. सुरक्षिततेच्या कारणास्तव रात्री प्रवास करायचा नव्हता. ती रात्र बाऊची येथे काढून दुसऱ्या दिवशी सकाळी सात वाजता ट्रक अबुजाच्या दिशेला जायला निघाला आणि दुपारी चार वाजता तेथे पोचला. तो गावाबाहेरील विस्थापितांच्या छावणीत नेण्यात आला. तेथे सर्वांना सोडून देण्यात आले. ट्रकबरोबर आलेला सैनिक सर्वांना म्हणाला,

"इथे हिंसाचारामुळे विस्थापित झालेल्यांची सोय केली आहे. सध्या तुम्हाला इथे राहायचं आहे. नंतर तुम्हाला दुसरीकडे हलवलं जाईल."

त्या छावणीची व्यवस्था नायजेरियाच्या समाजकल्याण मंत्रालयाकडे होती. युद्ध किंवा हिंसाचारामुळे देशातल्या देशात विस्थापित झालेल्यांना निर्वासित दर्जा मिळत नाही. त्यामुळे तेथील लोकांना निर्वासित कार्यालयाची मदत मिळू शकत नव्हती. जरी त्या छावणीत सेमिरासारखे काही परदेशी लोक होते, तरी त्यांना निर्वासित कार्यालयाकडे पाठवून त्यांचा दर्जा ठरवण्याचे किंवा त्यांना निर्वासित छावणीकडे पाठवायचे सरकारी अधिकाऱ्यांना सुचत नव्हते. सरकारने तिथे कोणत्याही आंतरराष्ट्रीय संघटनेस किंवा सेवाभावी संस्थेस काम करण्यास परवानगी दिली नव्हती. अशा संघटना किंवा संस्था सरकारच्या अकार्यक्षमतेमुळे निर्माण झालेली परिस्थिती जगजाहीर करून सरकारवर टीका करतात, म्हणून त्यांना जाणूनबुजून दूर ठेवण्यात आले होते.

अबुजा हे नायजेरियाच्या राजधानीचे शहर नियोजन करून १९८०च्या दशकात वसवले होते. दक्षिणेकडील महानगर लेगॉस इथून डिसेंबर १९९१मध्ये राजधानी अबुजाला हलविण्यात आली. नियोजनबद्ध अबुजामधील रस्ते रुंद होते, सरकारी कार्यालये एकमेकांजवळ होती, निवासी वस्त्यांजवळ मार्केट्स होती आणि ठिकठिकाणी पार्क्स आणि बगिचे होते. अल्पावधीतच शहराची वाढ झाली. आजूबाजूच्या खेड्यापाड्यांतून लोक नोकरी-धंद्याच्या निमित्ताने अबुजाला गेले. अशा लोकांच्या साध्या कामगार वस्त्या शहराच्या अवतीभोवती हळूहळू वाढू लागल्या. कामगार रोज शहराकडे जाऊ लागले. शहराच्या नैर्ऋत्येला तोगे भागात अशा काही वस्त्या तयार झाल्या होत्या. विस्थापितांची छावणी त्या भागातच होती. काही विस्थापित तेथे सहा-सात वर्षांपासून राहत होते. त्यांच्यापैकी बहुतेक अबुजात लहानसहान कामे करण्यासाठी जात. सरकारी मदत पुरेशी नव्हती. कधीतरी रेशन पुरवले जायचे; पण ते निकृष्ट आणि

अपुरे असायचे. एका मोठ्या शेडमध्ये आठ बायकांची सोय केलेली. त्यात सेमिराला राहायला सांगण्यात आले.

सेमिराला छावणीमध्ये येऊन आठ दिवस झाले होते. तिची शेडमधील सिबिल नावाच्या एका तिशीच्या बाईशी ओळख झाली. सिबिल उत्तर नायजेरियातील कानोजवळील गार्को या गावची. ती विधवा होती. तिला मूलबाळ नव्हतं. गेली तीन वर्षं ती छावणीमध्ये राहायची. ती चार घरी धुण्या-भांड्यांची कामं करायची. सकाळी बसने कामावर गेली की संध्याकाळीच ती परतत असे. एकदा सेमिरा सिबिलला म्हणाली,

''सिबिल, माझ्यासाठीदेखील एखादं काम मिळतंय का पाहा ना. अशी किती दिवस बसून राहू?''

''पाहते. तू स्वयंपाकाचं काम करू शकशील?''

''हो, नक्कीच. अगं, पूर्वी सुदानमध्ये आणि एरिट्रियात मी रेस्टॉरंटमध्ये जेवण बनवायच्या कामावर होते. सुदानमध्ये जवळजवळ साडेतीन वर्षं आणि आधी अस्मारात दोन वर्षं काम केलंय मी.''

''ठीक आहे. मी काम करत असलेल्या एका घरात जमतं का पाहू. मला त्या बाई मागे विचारत होत्या की स्वयंपाकाला कोणी मिळेल का.''

''फार बरं होईल मिळालं तर. किती माणसं आहेत घरात?''

''फक्त तीन. नवरा-बायको आणि वीस वर्षांची एक मुलगी. ती कॉलेजला जाते. थोरल्या मुलीचं लग्न झालंय. ती अमेरिकेत असते. वर्षातून एकदा येते. दोनच मुली त्यांना. दोघंही पन्नाशीचे आहेत. साहेबांचा कसलातरी लहान कारखाना आहे. त्यांच्या घरी जमलं तर फार छान होईल; कारण बाई आणि साहेब, दोघंही फार चांगल्या स्वभावाचे आहेत. कधी किटकिट नाही की त्रास नाही. आठवड्यातून एक दिवस सुटी देतात. तब्येत बरी नसली तर कामावर येऊ नको म्हणतात. मला अधूनमधून खायला-प्यायला देतात. ख्रिसमसच्या वेळेला एक महिन्याचा पगार बोनस म्हणून देतात. इकडे असं कोणी करत नाही. इतर घरांत खूप राबवून घेतात. जरा काही चुकलं किंवा एखादा कप हातून फुटला तर बोलबोल बोलतात. तब्येत बरी नाही म्हणून एखादा दिवस सुटी घेतली तर एक दिवसाचा पगार कापतात.''

''असं? काय नाव त्यांचं?''

''बाईंचं नाव आहे ज्युडिथ आणि साहेबांचं ओलाबिसी. ओसुमान त्यांचं आडनाव. नायजेरियाचेच आहेत. घरदेखील फार लांब नाही, रिव्हर पार्क इस्टेटमध्ये आहे. बसचा एकच स्टॉप मध्ये आहे. दहा मिनिटांत मी तिथे पोचते. माझी सारी कामं रिव्हर पार्क इस्टेटमध्येच आहेत. जवळच्या जवळ जायला-यायला बरं पडतं.''

''तिथं जमलं तर बरं होईल. त्यांना मी सुदानमध्ये तुर्की आणि अस्मारात

इटालियन रेस्टॉरंटमध्ये काम केलं आहे आहे असं सांग. शिवाय इथिओपियन, एरिट्रियन, अरबी आणि पाश्चात्त्य जेवण बनवता येतं, हेदेखील सांग.''

"नक्कीच. पाहू काय म्हणतात.'' सिबिल म्हणाली.

हल्ली सेमिराचा ख्रिसच्या बाबतीत झालेला भ्रम संपला होता. आता तिला त्याची आठवण देखील येत नव्हती. आपण उगीचच त्याच्या शोधात मायदुगुरीला जायचा अट्टहास धरला होता याची तिला जाणीव झाली. दुसऱ्या दिवशी दुपारी तीन वाजता सिबिल आल्यावर सेमिराला म्हणाली,

"सेमिरा, मी तुझ्याबद्दल ज्युडिथना सांगितलं. त्यावेळी साहेब तिथेच नाश्ता घेत होते. त्यांनीही ते ऐकलं. अगं, तुला भेटायला ते दोघं आज संध्याकाळी सात वाजता इथं येणार आहेत! तुझं काम पक्कं झालं असं समज! त्याशिवाय का त्यांना तुझ्याशी बोलायची उत्सुकता लागून राहिली आहे?''

"खरंच सांगतेस, सिबिल?''

"मग काय मी तुझी चेष्टा करतेय? तीदेखील असल्या बाबतीत? मी तेवढी क्रूर नाही हं!''

त्या संध्याकाळी छावणीच्या दारात सात वाजून पाच मिनिटांनी एक पांढरी शुभ्र 'डस्टर रेनो' गाडी येऊन थांबली. ओलाबिसींचा ड्रायव्हर गाडी चालवत होता. तिच्यातून काळी पॅन्ट आणि मसाई डिझाइनचा शर्ट घातलेले ओलाबिसी आणि जीन्स आणि आकाशी रंगाचा कॉटनचा ब्लाउज घातलेल्या ज्युडिथ उतरल्या. ओलाबिसींनी गेटवरील सुरक्षा कर्मचाऱ्याला सांगितलं,

"आम्हाला सेमिरा किफले हिला भेटायचं आहे. तिला जरा बोलावून आण.''

त्यांची गाडी, कपडे आणि बोलण्याची पद्धत पाहता त्या सुरक्षा कर्मचाऱ्याने ओळखले की ही कोणीतरी बडी असामी आहे. त्याने लगेच सेमिराला बोलविण्यासाठी निरोप पाठवला. ती पाच मिनिटांत आली. आल्या आल्या ती ओसुमान दाम्पत्याला म्हणाली,

"आय एम सेमिरा. सो हॅप्पी टू मिट यू, मिस्टर अँड मिसेस ओसुमान! सिन्स यू केम टू मिट मी ऑल द वे, आय फील ऑनर्ड! (मी सेमिरा. मिस्टर आणि मिसेस ओसुमान, तुम्हाला भेटून आनंद झाला. तुम्ही मला भेटण्यासाठी इकडे आलात, त्यामुळे मला माझा सन्मान झाल्यासारखं वाटतं!)''

हे ऐकल्यावर ओसुमान दाम्पत्य जागच्याजागी थिजलं. त्यांना स्वयंपाकासाठी हव्या असलेल्या बाईकडून असं स्वागत, आणि ते देखील एका विस्थापितांच्या छावणीत, अपेक्षित नव्हतं. ते दोघे भानावर आल्यानंतर ज्युडिथ सेमिराला म्हणाल्या,

"आपण असं करू, इथून जवळ एक रेस्टॉरंट आहे,तिथे बोलत बसू.''

"ठीक आहे, चला,'' असं म्हणून सेमिरा गाडीत मागे बसली. ओलाबिसी

ड्रायव्हरच्या शेजारी बसले. त्यांनी त्याला गाडी जवळच्या एका रेस्टॉरंटकडे घ्यायला सांगितली. ते पाच मिनिटांत तिथे पोचले. ते तिघे बसल्यावर ओलाबिसींनी सेमिराला काय घेणार हे विचारलं. ''मला ज्यूस चालेल'' असं ती म्हणाली. ओलाबिसींनी स्वतःसाठी कॉफी आणि ज्युडिथ नि सेमिरासाठी ज्यूस मागवल्यावर ते तिघे कामाबद्दल बोलू लागले.

''तू आमच्याकडे काम करू शकशील का, हे विचारायला आम्ही इकडे आलो आहोत हे तुला माहीत आहेच.'' ज्युडिथ म्हणाल्या.

''मला सिबिलने सांगितलं. मी तुमच्याकडे काम करेन.'' सेमिरा म्हणाली.

''तुझी पगाराची काय अपेक्षा आहे?'' ज्युडिथनी विचारलं.

''तुम्ही जे द्याल ते मी आनंदाने स्वीकारेन. तुम्हाला सिबिलने सांगितलं असेलच की मला कामाची गरज आहे. मला इकडे येऊन फक्त दहा दिवस झाले आहेत.''

''सेमिरा, तू एवढी हुशार आणि अनुभवी, तुला कोणाच्या घरी स्वयंपाक करत राहण्यापेक्षा एखाद्या रेस्टॉरंटमध्ये चांगली नोकरी मिळू शकते. तू आमच्याकडे काम करायला सुरू केल्यानंतर तसं जर झालं तर तू आमची नोकरी सोडणार ना?'' ओलाबिसींनी सेमिराला विचारलं.

''त्यासाठी मुळीच नाही. मी तुम्हाला माझ्या समस्या सांगते. त्या ऐकल्यावर तुम्ही मला काम द्यायचं की नाही हे ठरवा. मला तुम्हाला माझ्या पार्श्वभूमीबाबत अंधारात ठेवायचं नाही. मला किती काळ नायजेरियात राहावं लागणार आहे, हे मी आता सांगू शकत नाही. कदाचित काही महिने, काही वर्षं किंवा आयुष्यभरदेखील! मला काहीच अंदाज नाही. माझी शोकान्तिका ऐका आणि मगच तुमचा निर्णय घ्या.''

''ठीक आहे, आम्ही त्यासाठीच तर तुला भेटायला आलो आहोत.'' ज्युडिथ म्हणाल्या. सेमिराने त्या दोघांना तिच्या पार्श्वभूमीविषयी सांगायला सुरुवात केली; पण नेमक्या त्यावेळी तिला ख्रिस, अंजामीचा जन्म आणि अंजामीला कारुग्वे दाम्पत्याकडे तिला सांभाळण्यासाठी ठेवल्याचा स्मृतिभ्रंश झाला. तिने आपण युरोपला जायच्या उद्देशाने सुदानला गेल्याचं, तिथे चार वर्षं राहिल्याचं आणि नंतर छाद-लिबियामार्गे तिकडे जाण्याचे प्रयत्न असफल झाल्याचं सांगितलं. ख्रिस आणि अंजामीबद्दल एक शब्दही तिने त्या दोघांना सांगितला नाही; कारण ते सारं त्यावेळी तिला आठवतच नव्हतं.

''मला लिबियात दोन महिने तुरुंगवास सहन करावा लागला. त्यानंतर आम्हाला छादला पाठवलं; पण तिथे नोकऱ्या मिळत नसल्यामुळे मी नायजेरियास आले.'' सेमिरा म्हणाली.

''तू लग्न नाही केलंस?'' ज्युडिथनी विचारलं.

''नाही, माझ्या युरोपला जायच्या ध्यासामुळे त्याचा विचारच मनात आला नाही.

आता मी युरोपचा विषय डोक्यातून काढून टाकला आहे. वाटतं तितकं ते सोपं नाही. शिवाय तो भयावह सागरी प्रवास! आणि इतकं करूनही तिकडे पोहचायची खात्री नाही.''

''खरं आहे. बरं, मी जरा यांच्याशी दोन मिनिटं बोलते आणि तुला आमचा निर्णय सांगते,'' असं म्हणून ज्युडिथ उठू लागल्या. ते पाहून सेमिरा म्हणाली,

''तुम्ही कशाला बाहेर जाता, मीच दोन मिनिटं बाहेर जाते.'' त्यावर ओलाबिसी म्हणाले,

''नको, तू बैस. तू बाहेर जायची गरज नाही,'' असं म्हणून ओलाबिसी उठले. ते आणि ज्युडिथ दोनच मिनिटं बाजूला जाऊन एकमेकांशी बोलले व पुन्हा सेमिराकडे आले. ज्युडिथ म्हणाल्या,

''कधीपासून कामाला सुरुवात करतेस? आम्ही तुला दरमहा तीनशे डॉलर्स देऊ. त्याचे साधारणपणे तीस हजार नियारा होतात. शिवाय एक वेळचं जेवणदेखील देऊ. तू सकाळी दहाला येऊन संध्याकाळी सहाच्या सुमारास जाऊ शकतेस. संध्याकाळी आम्ही हलकं जेवण घेतो. तू फक्त त्याची तयारी करून दिलीस तरी चालेल.''

''थँक्स ताई. मी तुम्हाला ताई म्हटलं तर चालेल ना?''

''हो, चालेल. मी सुरुवातीला तुला आमच्या आवडीनिवडी सांगेन. त्याप्रमाणे तू जेवण बनवायचं.''

''आणि आम्हाला अधूनमधून इटालियन पदार्थ करून खायला घाल. कधी कधी महिन्या-दोन महिन्यांतून आमच्याकडे पार्ट्या असतात. त्यावेळी जास्त वेळ घरी राहावं लागेल आणि आमंत्रितांना वेगवेगळे पदार्थ खाऊ घालावे लागतील.'' ओलाबिसी म्हणाले.

''ते तुम्ही माझ्यावर सोपवा. तुमचे आमंत्रित जेवल्यावर तुम्हाला विचारतील की ही 'शेफ' तुम्हाला कशी काय मिळाली?'' सेमिरा हसत हसत म्हणाली.

''पाहा हं, तुला त्यांच्यापैकी कोणीतरी अधिक पगाराची नोकरी देऊ करेल! मग आमची पंचाईत होणार!'' ज्युडिथ म्हणाल्या.

''ताई, मला कोणी दुप्पट पगार दिला तरी मी जाणार नाही. त्याचं कारण सांगते. तुम्ही मला या देशात मी निराधार असताना नोकरी देऊ इच्छिता, ही माझ्या दृष्टीने खूप भाग्याची गोष्ट आहे. तुम्ही माझ्यावर जे उपकार करत आहात, त्यांचा मला कधीही विसर पडणार नाही.'' हे ऐकून ज्युडिथ आणि ओलाबिसी, दोघंही भारावले.

सेमिराने ओसुमान दाम्पत्याकडे काम सुरू केलं आणि अल्पावधीतच त्यांचा विश्वास संपादला. त्यांची मुलगी मरिना देखील सुस्वभावी होती. तिची आणि

सेमिराची भेट क्वचितच होत असे. सेमिराच्या हातचं जेवण अतिशय चविष्ट असायचं. ज्युडिथना तिला फारसं काही सांगावं लागलंच नाही. सेमिरा आणि सिबिल दोघी मिळून सकाळी कामावर जायच्या. सिबिलचं काम दोन तासांत संपायचं. नंतर ती इतर घरांकडे जायची.

सेमिराने काम करायला सुरुवात केल्यानंतर दीड महिन्यानी ओलाबिसीना एक पार्टी आयोजित करायची होती. त्यासाठी वीस-बावीस लोक असणार होते. ते, सेमिरा आणि ज्युडिथ एके रविवारी त्याबद्दल बोलू लागले.

''सेमिरा, तू काय करावं असं सुचवतेस?''

''सारे नॉन-व्हेजिटेरियन आहेत? आणि तुम्ही ड्रिंक्स सर्व्ह करणार आहात? आणि बुफे असणार ना?''

''हो.'' ओलाबिसी म्हणाले.

''ठीक. मग ड्रिंक्सबरोबर मीट बॉल्स आणि बेक्ड मश्रूम टॉप्स विथ चीज देऊ. जेवणात पेस्तो पेने, सॉते व्हेजीज, फ्राईड राईस विथ बोनलेस चिकन आणि फिश कटलेट्स ठेवूया. डेझर्टसाठी ऑरेंज सुफले करू.''

''हे सगळं तू करू शकशील?''

''अर्थातच. सकाळपासून तयारी केली तर आरामात होईल.''

हे ऐकल्यावर ते दोघे अवाक झाले.

''ठीक, तू म्हणतेस तसं करू.''

ती पार्टी एकदम 'हिट' झाली. पार्टीला आलेले परराष्ट्र मंत्रालयाचे सचिव, मि. गितांगा जाताना ओलाबिसी आणि ज्युडिथना म्हणाले,

''तुमच्याकडे इतक्या वेळा जेवायला आलो; पण असं जेवण कधीच जेवलो नव्हतो.''

ज्युडिथने त्यांना सांगितलं की त्यांची नवी कुक खूप हुशार आहे.

जूनमध्ये ज्युडिथ आणि ओलाबिसी यांची अमेरिकेतील मुलगी, ब्रिजिट, तिच्या दोन मुलांना घेऊन अबुजाला येणार होती. तिचा एक मुलगा सहा वर्षांचा तर दुसरा चार वर्षांचा होता. त्यावेळी काम वाढणार होतं. ज्युडिथनी सेमिराला दिवसभरासाठी थांबायला सांगितलं. सेमिरा त्याला आनंदाने तयार झाली. ब्रिजिट ज्युडिथना म्हणाली,

''आई, सेमिरामुळे माझं काम खूप हलकं झालं. तिला आपल्या आउटहाउसमध्ये का ठेवून घेत नाहीस?''

ज्युडिथना ती कल्पना आवडली. त्यांचं आउटहाउस रिकामंच होतं. तिथे दोन खोल्या, बाथरूम वगैरे सारी सोय होती. सेमिराने ते स्वच्छ करून घेतलं. ती तिकडे राहायला गेली. ब्रिजिट तीन आठवड्यांनी अमेरिकेला गेल्यानंतर देखील सेमिरास ज्युडिथनी आउटहाउसमध्येच राहायला सांगितलं. ज्युडिथना तिची सोबत होऊ

लागली. सेमिराचा जाण्या-येण्याचा त्रास वाचला. शिवाय विस्थापितांच्या छावणीतील राहण्याची सोय अगदीच सुमार होती. त्याच्यातून तिची सुटका झाली.

सेमिराने काम करायला सुरुवात करून सहा महिने झाले होते. एके दिवशी तिच्या पोटात खूप दुखायला लागलं. वेळ दुपारची होती. ज्युडिथ तिला लगेच त्यांच्या फॅमिली फिजिशियनकडे घेऊन गेल्या. डॉ. मिसेस दारेंनी सेमिराला तपासलं. तपासून झाल्यावर त्या म्हणाल्या,

''काळजी करण्यासारखं काही नाही. तिला कामावर ठेवून घेण्यापूर्वी तिचं जनरल चेकअप केलं होतं?''

''नाही; पण करायला हरकत नाही.''

पुढील दोन दिवसांत सेमिराचं जनरल चेक-अप झालं. त्यात काही दोष आढळला नाही. डॉ. दारेंनी ज्युडिथना फोन करून सांगितलं,

''सेमिराला कसलाही आजार नाही. थोडं कुपोषण झालं आहे. हिमोग्लोबिन काउंट थोडा कमी, म्हणजे नऊ आहे. तिला थोडं आयर्न सप्लिमेंट दिलं तर ते ठीक होईल. तिच्या डिलिव्हरीनंतर तिला पौष्टिक आहार मिळाला नसावा.''

''डिलिव्हरी? डॉक्टर, ती अविवाहित आहे!'' ज्युडिथ म्हणाल्या.

''असेल; पण ज्युडिथ, मी डॉक्टर आहे. सेमिराचं मागील वर्षभरात बाळंतपण झालेलं आहे, हे मी खात्रीपूर्वक सांगते.''

''खरंच? पण तिने त्याबद्दल आम्हाला काहीच सांगितलं नाही. तशी ती लबाड वाटत नाही.''

''ते मला माहीत नाही. माझ्या निदर्शनाला जे आलं, ते मी तुम्हाला सांगितलं.''

ज्युडिथ विचार करू लागल्या की सेमिराने आपल्याला मूल आहे ही गोष्ट का लपवली असावी? आणि तिचं मूल सध्या कुठे असावं? त्यांनी सेमिराला याबाबतीत विचारायचं ठरवलं.

''सेमिरा, तुला मूल झालं आहे असं डॉक्टर म्हणत होत्या. खरं आहे ते?''

''हो, तुम्हाला सांगितलं होतं ना मागे. गेल्या वर्षी सप्टेंबरमध्ये मला मुलगी झाली...'' अशी सुरुवात करून सेमिराने ज्युडिथना ख्रिस, अंजामी, रेमा आणि कारुग्वे दाम्पत्य यांच्याविषयी सविस्तर माहिती दिली.

''त्यावेळी माझी प्रकृती खूप खालावली होती म्हणून अंजामीला कारुग्वेंकडे ठेवलं आहे.''

''ठीक आहे,'' असं म्हणून ज्युडिथनी तो विषय तिथेच संपवला. त्या संध्याकाळी त्यांनी ओलाबिसींना त्याबद्दल सांगितलं. ते ऐकून ओलाबिसी देखील काळजीत पडले; पण सेमिराचं काम उत्तम असल्याने त्यांनी त्या गोष्टीकडे दुर्लक्ष करायचं ठरवलं.

पुढे एकदा ज्युडिथ यांची एक मैत्रीण, बर्था, त्यांच्याकडे आली होती. बर्था प्रथमच सेमिराला भेटत होती. त्या दिवशी सेमिराने लंचसाठी 'रिझोतो' हा इटालियन भाताचा प्रकार आणि 'पेपेरोनाता' हे सॅलड केलं होतं. बर्थानी सहजच तिला विचारले,

"तू इटालियन पदार्थ करायला कुठे शिकलीस?"

"अस्मारात, एका इटालियन रेस्टॉरंटमध्ये कामाला होते तेव्हा."

"हिला तुर्की पदार्थदेखील करता येतात." ज्युडिथ म्हणाल्या.

"तुर्की नाही, इटालियन आणि एरिट्रियन." सेमिरा म्हणाली. त्यावर ज्युडिथ म्हणाल्या,

"का बरं? तू सुदानमध्ये एका तुर्की रेस्टॉरंटमध्ये तीन-चार वर्षं काम केलंस तेव्हा तिथे बरेच पदार्थ बनवायला शिकली असशील."

"मी सुदानमध्ये कधी राहिलेले नाही. तुमचा काहीतरी गैरसमज होतोय. आणि मी कधीच तुर्की रेस्टॉरंटमध्ये काम केलेलं नाही." सेमिरा म्हणाली. हे ऐकल्यावर ज्युडिथ बुचकळ्यात पडल्या. त्यांनी बर्थासमोर तो विषय पुढे वाढवला नाही. बर्था गेल्यावर देखील त्यांनी सेमिराला खुलासा विचारला नाही; पण त्या संध्याकाळी ओलाबिसी आल्यावर त्यांनी त्यांना तो प्रसंग सांगितला. ते ऐकल्यावर ओलाबिसी म्हणाले,

"ज्युडिथ, मला सेमिराच्या मानसिक स्थितीबद्दल जरा शंका येतेय. डॉ. फेमीना दाखवूया तिला? जर काही इलाज करता येण्यासारखं असेल तर आपण करू."

"हो, तसं झालं तर फार बरं होईल. चांगली आहे ती, आणि तिला जर काही मदत करता आली तर मलाही समाधान होईल." ज्युडिथ म्हणाल्या.

डॉ. फेमी सुमाईला अबुजामधले प्रसिद्ध मनोविकारतज्ज्ञ होते. त्यांचा आणि ओसुमान कुटुंबीयांचा चांगला परिचय होता. तीन दिवसांनी ज्युडिथ सेमिराला त्यांच्याकडे घेऊन गेल्या. ओलाबिसीनी डॉक्टरांना फोनवरून थोडी कल्पना दिली होती. ज्युडिथनी सेमिराला सांगितलं, की तिला अधूनमधून काही गोष्टींचा विसर पडतो म्हणून आपण डॉ. फेमींचा सल्ला घेऊया. ती त्यास तयार झाली होती. सेमिराला तपासल्यावर डॉक्टरांनी ज्युडिथना आत बोलावलं व सेमिरास बाहेर थांबायला सांगितलं. ज्युडिथ आत गेल्यावर डॉक्टर म्हणाले,

"ज्युडिथ, तिला डिसोसिएटिव्ह ॲम्नेसिया झालेला आहे. अशा पेशंट्सना अधूनमधून स्मृतिभ्रंश होतो. त्यावर इलाज आहे; पण तिला संमोहित करून तिच्या साऱ्या पार्श्वभूमीची माहिती करून घ्यावी लागेल. या विकारावर औषधं अशी नाहीत; पण तिच्या साऱ्या पार्श्वभूमीची माहिती असेल तर सायकोथेरपी करता येण्यासारखी आहे. ती माझ्या इथे करता येईल; पण त्याचबरोबर पेशंटच्या नेहमीच्या सहवासातील

व्यक्ती सायकोथेरपीस हातभार लावू शकतात.''

''ठीक आहे, डॉक्टर. कधीपासून तिच्यावर उपचार सुरू करूया? मी तिला थोडीफार कल्पना देईन. आणि आम्ही तिच्या थेरपीस कशी मदत करू शकतो, हे देखील सांगा.''

''नक्कीच. तुम्ही तिला दोन दिवसांनी सकाळी दहा वाजता घेऊन या. त्या दिवशी मला जरा जास्त वेळ लागेल. मी तिला संमोहित करून तिची सारी पार्श्वभूमी माहीत करून घेईन. नंतर सायकोथेरपीचे सेशन्स सुरू करू.''

''ठीक आहे. डॉक्टर, मला एक प्रश्न आहे. जोपर्यंत ती पूर्णपणे बरी होत नाही, तोपर्यंत तिला घरी कामासाठी ठेवून घेण्यात काही धोका असू शकतो?''

''मुळीच नाही. तिला काहीही झालेलं नाही अशीच ती वागेल आणि तुम्ही सांगितलेली सारी कामं व्यवस्थितपणे करेल. फक्त एखाद्या कालावधीचा तिला विसर पडतो. ती मुळीच आक्रमक होणार नाही की मुद्दाम तोडफोड करणार नाही.''

''पण तिला काही पदार्थ बनवायचाच विसर पडला तर?''

''तसं होणार नाही. अशा पेशंट्सना काही घटना आणि प्रसंगांचा विसर पडतो. एखादं कौशल्य अवगत केलं असेल तर त्याचा विसर पडत नाही. पाककलेचं तसंच आहे.'' डॉक्टरनी खुलासा केला.

''ठीक आहे डॉक्टर, मी तिला १४ तारखेला घेऊन येते.''

डॉ. फेमींनी सेमिराला संमोहित करून तिची सारी पार्श्वभूमी तिच्याकडून वदवून घेतली. त्यांनी त्याचं ध्वनिमुद्रण केलं होतं. नंतर त्यांच्या सेक्रेटरीकडून ती टाईप करून घेतली. त्यांनी ज्युडिथ आणि ओलाबिसींना भेटायला बोलावलं.

''मी सेमिरावर सायकोथेरपी सुरू करेन. तुम्हाला तिची पार्श्वभूमी वाचायला देतो. तुम्ही फक्त एक काम करायचं. कधी तिला काही घटनांचं विस्मरण झालं, तर त्यांचं तिला स्मरण करून द्यायचं. त्या सुमारास घडलेले काही प्रसंग तिला सांगायचे. तिने त्या घटना आठवायचा प्रयत्न केला पाहिजे. असं झालं तर त्याची नोंद करून ठेवा आणि ते माझ्या निदर्शनास आणा. मला खात्री आहे की तिचा डिसोसिएटिव्ह ॲम्नेसिया नाहीसा होईल आणि ती कायमची पूर्णपणे बरी होईल.''

''ठीक आहे, डॉक्टर. तिला तुमच्याकडे केव्हा आणायचं?''

''आठवड्यातून दोन दिवस - सोमवार आणि शुक्रवार. दुपारी चार ते पाच असे सेशन ठेवत जाऊ. माझा अंदाज आहे की चार महिन्यांत ती बरी होईल.''

सेमिराची सायकोथेरपी सुरू झाली. ज्युडिथ आणि ओलाबिसी तिच्यावर लक्ष ठेवून होते. डॉक्टरांनी त्यांना वाचायला दिलेली सेमिराची पार्श्वभूमी तिने त्यांना सांगितलेल्या पार्श्वभूमीपेक्षा काही वेगळी नव्हती. फक्त काही कालावधीचं विस्मरण सोडलं तर ती सुसंगत होती. जसजसे एकामागून एक आठवडे जाऊ लागले,

तसतसे ज्युडिथ आणि ओलाबिसींना जाणवू लागले की सेमिराचा स्मृतिभ्रंश कमी होत चालला आहे.

४ मार्च, २०१७ या दिवशी डॉ. फेमींनी ज्युडिथ आणि ओलाबिसींना भेटायला बोलावलं. ते म्हणाले,

"तुम्हाला आनंदाची बातमी सांगण्यासाठी बोलावलं. सेमिरा तिच्या मनोविकारातून पूर्णपणे बरी झाली आहे. तुम्हालादेखील ते जाणवलं असेल."

"हो डॉक्टर, अलीकडे तिला स्मृतिभ्रंश झाल्याचं मला तरी आठवत नाही."

"तुम्ही तिला वेळीच माझ्याकडे आणलं म्हणून बरं झालं. अशा केसेसमध्ये बऱ्याच वेळा विकार बळावण्याची शक्यता असते. तिच्या बाबतीत तुम्ही पुढे काय करायचं ठरवलं आहे?" डॉक्टरांनी विचारलं.

"आम्ही काहीही ठरवलं नाही. तिच्या बाबतीत किती गुंतागुंत झाली आहे हे तुम्ही जाणताच." ओलाबिसी म्हणाले.

"तिला केवळ माणुसकीच्या दृष्टिकोनातून मदत करावी या हेतूने आम्ही तुमच्याकडे आलो. तो हेतू साध्य झाला, हे महत्त्वाचं." ज्युडिथ म्हणाल्या.

"माझी तुम्हाला एक विनंती आहे. तिचं भवितव्य तिला ठरवू द्या. तिच्यावर काही लादलं तर ती अस्वस्थ होईल." डॉक्टर म्हणाले.

"डॉक्टर, आम्ही तिच्या इच्छेविरुद्ध काहीही करणार नाही. आता पाहायचं ती काय म्हणते." ज्युडिथ म्हणाल्या.

२१

आरोनला अंजामेनाहून परतून तीन महिने होऊन गेले. तो अधूनमधून रेमांना ई-मेल पाठवून सेमिराचा शोध लागण्यासाठी काही धागेदोरे हाती आले आहेत का हे विचारीत होता; पण प्रत्येक वेळेस त्यांचं नकारात्मक उत्तर यायचं. कधी काळी सेमिराचा शोध लागेल की नाही याची आता त्याला शंका येऊ लागली. अलीकडे एकदा तो दिन्हाला म्हणाला,

"दिन्हा, ज्या नराधमाने सेमिराच्या आयुष्याचं वाटोळं केलं त्याला धडा शिकवावा असं मला सतत वाटत असतं."

"अरे, आपण इथे माड्रिडमध्ये, सेमिराला फसविणारा तो ख्रिस छादमध्ये, सेमिरा कुठे आहे, याचा पत्ता नाही. त्याला धडा शिकवण्यासाठी तू करून करून काय करणार आहेस?" दिन्हाने त्याला विचारलं.

"माझी एक योजना आहे. पाहू ती सफल होते की नाही." आरोन म्हणाला.

मार्चच्या पहिल्या आठवड्यात आरोन दिन्हाला म्हणाला,

"दिन्हा, आपण बरेच दिवसात सुटीवर गेलो नाही. माझी इच्छा आहे की आपण एखाद्या विकेंडसाठी फ्रान्समध्ये लिऑनला जावं."

"असं? जाऊया, त्यात काय. जलद रेल्वेने पोचायला आठ तास लागतात म्हणे."

"मी माहिती काढली आहे. येत्या १५ तारखेला रात्रीच्या ट्रेनने जाऊया? गुरुवार आहे, दोघंही शुक्रवारची रजा काढू, रविवारी तिकडून निघून सोमवारी सकाळी इथे पोहचू."

"चालेल. मला तिथला रिनेसांस एरिया आणि रोमन साम्राज्याचे अवशेष पाहायचे आहेत. तिथल्या ऱ्होन नदीचा किनारादेखील खूप पाहण्यासारखा आहे म्हणे."

"हो, नक्कीच पाहू आपण. मी रेल्वे आणि हॉटेलचं ऑन-लाइन बुकिंग करतो."

रेल्वे लिऑनला पहाटे साडेपाचला पोचली. आरोन आणि दिन्हा हॉटेलकडे गेले. रेल्वेत त्यांची झोप झाली असल्याने ते अंघोळ करून ब्रेकफास्टसाठी हॉटेलच्या रेस्टॉरंटकडे गेले. ब्रेकफास्ट झाल्यावर आरोन दिन्हाला म्हणाला,

"दिन्हा, माझं इथे एक काम आहे. ते करू आणि नंतर फिरत बसू. आज शुक्रवार असल्याने ऑफिसेस उघडी असतील."

"तुझं इथे कसलं काम आहे? आपण तुझ्या ऑफिसच्या कामासाठी इथे आलो आहोत की सुटीसाठी?"

"सुटीसाठीच; पण एक छोटं काम आहे. तुला ठाऊक आहे इथं 'इंटरपोल' या आंतरराष्ट्रीय पोलीस संघटनेचं मुख्य कार्यालय आहे? मी तिथल्या जनसंपर्क अधिकारी ग्रेगरी डिक्सन यांची भेटीची वेळ ठरवली आहे. आपण दोघंही त्यांना भेटायला जाऊ."

"पण माझी काय यायची गरज आहे?"

"गरज नाही; पण मी कशासाठी इंटरपोलला जातोय हे तुला कळेल."

त्यावर दिन्हा आरोनला "ठीक आहे," असं म्हणाली.

इंटरपोलची स्थापना १९२३मध्ये झालेली. त्याचे मुख्य उद्दिष्ट ज्या गुन्ह्यांमध्ये दोन किंवा अधिक देशांचा संबंध येतो अशा आंतरराष्ट्रीय गुन्ह्यांच्या तपासात त्या देशांच्या पोलीस अधिकाऱ्यांमध्ये सहकार्य आणि समन्वय साधून गुन्हेगारांना शासन व्हावे हा आहे. त्यात अमली पदार्थांचा व्यापार, शस्त्रास्त्रांचा चोरटा व्यापार, मानवी तस्करी, गैरमार्गासाठी मानवी वाहतूक, दहशतवादी कारवाया, अशा प्रकारच्या गुन्ह्यांचा समावेश होतो.

इंटरपोलचे मुख्य कार्यालय चार्ल्स द गॉल मार्गावर ऱ्होन नदीच्या काठावर होते. त्याच्या मागे 'तेत द'ओर' या भव्य पार्कला लागून आरोन आणि दिन्हा उतरलेले हॉटेल देस काँग्रेस होते. ते दोघे सव्वा नऊला बाहेर पडले व पाच मिनिटांत चालत इंटरपोलला पोचले. आरोनने स्वागतकक्षातील तरुणीला मिस्टर ग्रेगरी डिक्सन यांना भेटायचे आहे असे सांगितले. तिने फोनवरून मि. डिक्सन यांना आरोन आल्याचे कळवले. दोन मिनिटांनी ते स्वतः स्वागतकक्षात आले व आरोनकडे पाहत म्हणाले,

"वेलकम मि. किफले. या, मी तुमची वाट पाहत होतो." पन्नाशी ओलांडलेले, उंचेपुरे मि. डिक्सन म्हणाले. आरोनने त्यांची व दिन्हाची ओळख करून दिली. मि. डिक्सननी न्यूझीलंडच्या पोलीस खात्यात सत्तावीस वर्षं काम केलेले. अलीकडेच त्यांची नेमणूक इंटरपोलमध्ये झालेली. करारी चेहरा आणि भेदक डोळे असलेले

मि. डिक्सन यांनी पोलीस खात्यात बरीच वर्षं नोकरी केली असावी हे त्यांच्याकडे पाहिल्यावर कळत होते. ते आरोन आणि दिन्हाला आपल्या तिसऱ्या मजल्यावरील ऑफिसकडे घेऊन गेले. त्याला मोठ्या काचेच्या खिडक्या होत्या. त्यांच्यातून ऱ्होन नदीचे भव्य पात्र दिसत होते.

"बोला, मि. किफले. तुमच्या ई-मेलवरून तुम्हाला छादमधील एका मानवी तस्कराची बरीच माहिती आहे असं समजलं."

"हो, मी मार्चमध्ये तिकडे माझ्या बहिणीचा शोध घेण्यासाठी गेलो होतो. तेव्हा मला ख्रिस ओझुरुंबा नावाच्या एका मानवी तस्करी करणाऱ्या आणि वाममार्गाला लावण्यासाठी मुलींची वाहतूक करणाऱ्या व्यक्तीची माहिती मिळाली..." अशी सुरुवात करून त्याने ख्रिसची बरीच माहिती मि. डिक्सन यांना दिली. त्याचे फोटो, त्याच्या घराचे आणि तात्पुरत्या निवाऱ्यांचे फोटो देखील त्यांना दिले. अंजामेनात असताना आरोनने ख्रिसची बरीच माहिती संकलित करून ठेवली होती.

"ही माहिती फारच उपयोगाची आहे. आम्ही गेली काही वर्षं छादच्या सरकारला विनंती करत आहोत की तुमच्या देशातून बरीच मानवी तस्करी होते, तुम्ही त्यात गुंतलेल्या टोळ्यांची माहिती काढून आम्हाला कळवावी; पण त्यांचं सरकार डळमळीत आहे आणि तिथे खूपच अंदाधुंदी आहे. त्यात भ्रष्टाचाराची भर. त्यामुळे आम्ही त्यांच्या सहकार्याची आशा सोडून दिली होती. हल्ली लिबियाचं सरकार आमच्याशी सहकार्य करत आहे. माली आणि निजर इकडूनदेखील काही टोळ्यांची माहिती हाती आली आहे. आम्ही आता छादच्या सरकारवर दबाव टाकू इच्छितो. त्यासाठी तुम्ही दिलेली माहिती आणि पुरावे खूपच उपयोगाचे आहेत. तुम्हाला या टोळीची माहिती कशी काय मिळाली?"

"माझी बहीण, ख्रिस ओझुरुंबाच्या गैरकृत्यांना बळी पडली आहे." आरोनने मि. डिक्सनना थोडक्यात सेमिराबद्दल सांगितलं. ते ऐकून झाल्यावर ते म्हणाले,

"अरेरे, खूपच वाईट झालं तिच्याबाबतीत. आज ना उद्या तुम्हाला तिचा शोध लागेल."

जवळजवळ साडे दहा वाजता आरोन आणि दिन्हा इंटरपोलच्या कार्यालयातून बाहेर पडले.

ग्रेगरी डिक्सन यांनी त्याच दिवशी इंटरपोलचे मानवी तस्करी, गैरवाहतूक आणि बालशोषण विभागाचे प्रमुख आणि संघटनेचे उप-संचालक मायकेल मोरान यांची भेट घेतली. त्यांना आरोनने दिलेले पुरावे दाखवले. उप-संचालक मोरान म्हणाले,

"थँक्स ग्रेगरी. मी टास्क-फोर्सची बैठक बोलावतो."

त्यानंतर बऱ्याच हालचाली पटपट घडल्या. टास्क फोर्सचे मुख्य कझाखस्तानचे साक्तागान कार्सीबायेव्ह यांनी 'ऑपरेशन साहेल'चा प्रस्ताव मांडला. छाद, निजर,

माली वगैरे देश आफ्रिकेच्या ज्या भागात आहेत त्याला 'साहेल' असं संबोधलं जातं. त्या आणि त्यांच्या शेजारील देशांच्या सहकार्याने मानवी तस्करांच्या टोळ्यांना अटक करायची आणि त्यांच्या ताब्यातील तस्करीसाठी आणि गैरवाहतुकीसाठी असलेल्यांची मुक्तता करायची, असे 'ऑपरेशन साहेल'चे उद्दिष्ट होते. कार्सीबायेव्ह यांनी त्या कामगिरीची बारकाईने आखणी केली, आवश्यक त्या स्थानिक अधिकाऱ्यांशी संपर्क साधला आणि स्थानिक तसेच आंतरराष्ट्रीय अधिकाऱ्यांचा एक संच स्थापला. संपूर्ण कामगिरीबाबत कमालीची गुप्तता पाळण्यात आली.

इंटरपोलच्या संकेत स्थळावर संघटनेच्या महत्त्वपूर्ण कामगिरींबाबत 'न्यूज अँन्ड मीडिया' या विभागात बातम्या प्रसारित करण्यात येतात. २३ ऑक्टोबर, २०१६ या दिवशी एक सविस्तर बातमी त्या विभागात प्रसारित करण्यात आली. तिचा मथळा होता 'इंटरपोलच्या कारवाई दरम्यान पाचशे लोकांची सुटका आणि चाळीस अटकेत.' त्या बातमीत पुढे म्हटलं होतं :

'माली, निजर, छाद आणि लिबिया इथे इंटरपोलने हाती घेतलेली 'ऑपरेशन साहेल' ही मोहीम यशस्वीरीत्या पार पाडून गेल्या तीन दिवसांत एका मानवी तस्करी आणि गैरवाहतूक करणाऱ्या टोळीच्या चाळीस सदस्यांना अटक केली. तसेच त्यांच्या ताब्यातील जवळजवळ पाचशे लोकांची सुटका केली. त्यापैकी साडेतीनशे तरुणींना वाममार्गाला लावण्यासाठी युरोपकडे घेऊन जाण्याची योजना होती. या मोहिमेचे नेतृत्व इंटरपोलचे अधिकारी कझाखस्तानचे साक्तागान कार्सीबायेव्ह यांनी केले. त्यांना माली, निजर, छाद आणि लिबिया येथील पोलीस अधिकाऱ्यांनी व इंटरपोलच्या आयव्हरी कोस्ट आणि कॅमरून येथील विभागीय कार्यालयातील काही अधिकाऱ्यांनी साहाय्य केले. या कारवाईमुळे गैरवाहतूक आणि तस्करीच्या जाळ्यात अडकलेल्यांची मुक्तता आणि गुन्हेगारांची अटक यांच्याव्यतिरिक्त काही अन्य प्रकरणांचा तपास सुरू करण्यात आला आहे. त्यामुळे अशा गैरव्यवहारात गुंतलेल्या इतर टोळ्यांचा तपास लागण्याची शक्यता आहे. या मोहिमेसाठी जर्मन सरकारने इंटरपोलला अर्थसाहाय्य उपलब्ध करून दिले होते.'

या कारवाईनंतर पंधरा दिवसांनी इंटरपोलच्या महासचिवांनी आरोनला एक पत्र पाठवून 'ऑपरेशन साहेल' यशस्वी होण्यासाठी अत्यंत उपयुक्त माहिती दिल्याबद्दल त्याचे आभार मानले होते. त्या मोहिमेदरम्यान ख्रिस ओझुरुंबाला अटक करण्यात आली. त्याच्यावरील खटला कोठे चालवण्यात यावा याबाबत छाद सरकार, इंटरपोल, इटली आणि लिबियाचे अधिकारी यांच्यात मतैक्य होईना. छादमध्ये सुरू झालेले गुन्ह्याचे कृत्य अंशतः लिबियामध्ये पुढे चालू राहायचे आणि इटलीमध्ये संपायचे. त्यामुळे आंतरराष्ट्रीय कायद्याच्या अधिकारक्षेत्राविषयी नियमांनुसार छाद, इटली आणि लिबिया या तिन्ही देशांना गुन्हा चालविण्याचे अधिकारक्षेत्र होते.

इटलीने खटला चालविण्यास नकार दिला; कारण सारा पुरावा आफ्रिकेत होता. छादने दावा केला की बरेच आरोपी छादचे रहिवासी असल्यामुळे आणि गुन्ह्याच्या कृत्याचा बराचसा भाग छादमध्ये घडला असल्याने त्यांना खटला चालवायचा आहे; पण ख्रिसचे बरेचसे साथीदार लिबियामध्ये असल्याने आणि तिथेच बराचसा पुरावा असल्याने खटला लिबियात चालावा, असे लिबियाचे म्हणणे होते. शेवटी युरोपीय देशांच्या दबावामुळे खटला लिबियात चालवावा असे सर्वानुमते ठरले. ख्रिस आणि त्याच्या छादमधील साथीदारांचे लिबियाला प्रत्यार्पण करून इतरांसमवेत त्याच्यावर तेथे १२ नोव्हेंबर या दिवशी खटला दाखल करण्यात आला. त्याची सुनावणी १५ डिसेंबरला सुरू होऊन १८ जानेवारी, २०१७ या दिवशी ती संपली. पुरावा भरभक्कम होता. तस्करांच्या तावडीतून सुटका करण्यात आलेल्यांपैकी काही जणांनी न्यायालयात साक्षी दिल्या. ख्रिस आणि इतर चौदा जणांवरील सर्व आरोप शाबित होऊन त्यांच्यापैकी दहा जणांना वीस वर्षं सक्तमजुरीची शिक्षा ठोठावण्यात आली. त्यात ख्रिसचा समावेश होता. इतरांचे गुन्हे फारसे गंभीर नव्हते, त्यामुळे त्यांना दहा वर्षांचा कारावास सुनावण्यात आला. ज्यांना सक्तमजुरीची शिक्षा देण्यात आली होती त्या सर्वांची रवानगी त्रिपोलीच्या अबू सलीम तुरुंगात करण्यात आली.

२२

सेमिरा पूर्णपणे बरी होऊन दोन महिने झाले. तिचं काम पूर्वीप्रमाणे व्यवस्थित चालू होतं; पण अलीकडे ज्युडिथ यांच्या लक्षात आलं की ती बराच वेळ अबोल असते आणि कधी कधी ती एकटीच काहीतरी विचार करत बसते. असं वारंवार त्यांच्या निदर्शनास आल्यावर एके संध्याकाळी त्यांनी ओलाबिसींना त्याबद्दल सांगितलं. त्यावर ते म्हणाले,

"तिच्याशी जरा संवाद साधून तिला काही त्रास होतोय का विचार. तुझ्याशी ती अगदी मोकळेपणाने बोलते."

"ठीक आहे, उद्या दुपारी ती मोकळी झाली की विचारते."

सेमिरा रोज दुपारी दोन वाजता मोकळी असायची. त्यावेळी जेवण झालेलं असायचं. चार नंतर ती संध्याकाळच्या जेवणाची तयारी करायची. दोन वाजल्यापासून चार वाजेपर्यंत ती आराम करायची. चार वाजता ज्युडिथ आणि सेमिरा यांची कॉफी व्हायची. त्या दोघी गप्पा मारत कॉफी घेत. त्या दिवशी ज्युडिथनी कॉफी घेता घेता सेमिराला विचारलं,

"सेमिरा, हल्ली तू बऱ्याच वेळेस उदास असतेस किंवा कशाची तरी चिंता करत बसतेस, असं मला वाटतंय. तसं काही असेल तर मला सांग हं. तुला कोणी त्रास तर देत नाही?"

"नाही ताई, मला कोणी त्रास देत नाही; पण तुम्ही आता विषय काढला म्हणून सांगते, मला हल्ली अंजामीची खूप आठवण येत असते. तिची आठवण आली की मी उदास होते."

"तिची आठवण येणं साहजिकच आहे. एक आई म्हणून मी ते समजू शकते. आता ती केवढी झाली असेल?"

"तिचा जन्म २० सप्टेंबर, २०१६ या दिवशी झालेला. म्हणजे आज ती दीड

वर्षाहून मोठी आहे.''

''तुला अंजामीला इकडे आणायचं आहे का?''

हे ऐकताच सेमिराच्या चेहऱ्यावर आश्चर्य, आनंद आणि शंका असे संमिश्र भाव झळकले.

''असं होऊ शकतं? याचा मी कधी विचारच केला नव्हता! तसं करता आलं तर फारच छान होईल. तिला सांभाळून मी तुमचं काम करेन.''

''ते आपण नंतर पाहू. मी साहेबांना माहिती काढायला सांगते. तुझ्या बाबतीत इतकी गुंतागुंत झालेली आहे की मला काहीच समजत नाही.''

''खरंय ताई, माझं आयुष्य एखाद्या दिशाहीन नौकेसारखं भरकटत चाललं आहे. एखाद्या दिशेने वारा आला की त्याच्या विरुद्ध दिशेला जात राहतं.'' सेमिरा आपलं नैराश्य व्यक्त करत म्हणाली.

त्या दिवशी रात्री ज्युडिथनी ओलाबिसींना सेमिराबद्दल सांगितलं. त्यावर ते म्हणाले,

''तिला अंजामेनामध्ये असताना तिथल्या निर्वासित कार्यालयाने मदत केली होती आणि त्यांच्या मध्यस्थीनेच अंजामीला कारुग्वे दाम्पत्याकडे सोपवलं होतं, असं तिनं संमोहित केल्यावर डॉ. फेमींना सांगितलं होतं. निर्वासित कार्यालयाची अबुजात एक शाखा आहे. तिथे जाऊन चौकशी करायला हवी.''

''तुम्हाला जमेल चौकशी करायला?''

''हो, उद्या मी त्या कार्यालयाचा पत्ता शोधून काढतो आणि तिकडे जाऊन येतो.''

दुसऱ्या दिवशी ओलाबिसींनी अबुजामधील संयुक्त राष्ट्रसंघाच्या कार्यालयात काम करणाऱ्या त्यांच्या परिचित मिसेस सारा स्वार्ट यांना फोन केला. मिसेस स्वार्ट पश्चिम आफ्रिकेतील संयुक्त राष्ट्रसंघाच्या सर्व शांतिदलांच्या विभागीय कायदा सल्लागार होत्या.

''ओलाबिसी, काय म्हणताय, बरेच दिवसांत भेट नाही झाली. ज्युडिथ ठीक आहे?''

''हो, उत्तम आहे. मिसेस स्वार्ट, माझं संयुक्त राष्ट्रसंघाच्या निर्वासित कार्यालयात थोडं काम आहे...'' असं म्हणून त्यांनी मिसेस स्वार्टना कामाचं स्वरूप सांगितलं. ते ऐकल्यावर त्या म्हणाल्या,

''तुम्ही निर्वासित साहाय्यक अधिकारी मुत्सा मांगेझी यांना भेटा. ती माझी मैत्रीण आहे. मी तिला फोन करून सांगून ठेवते. ती झिम्बाब्वेची आहे. आम्ही दोघी प्रिटोरिया विद्यापीठात मास्टर ऑफ लॉ करत असताना एकाच क्लासमध्ये होतो.''

''ठीक आहे. त्यांचं कार्यालय आहे कुठे?''

"आमच्याच संकुलात. मी मुत्साची आज दुपारच्या भेटीची वेळ ठरवून तुम्हाला कळवू?"

"हो, चालेल. मी आज दुपारी तिकडे येऊ शकतो."

"ठीक, मी तुम्हाला पंधरा मिनिटांत फोन करते."

मिसेस स्वार्टनी ओलाबिसींना दुपारी तीन ही भेटीची वेळ ठरली आहे, असं सांगितलं. ते ठरल्या वेळी अबुजाच्या सेन्ट्रल बिझिनेस डिस्ट्रिक्टमधील डिप्लोमॅटिक ड्राईव्ह या रस्त्यावरील संयुक्त राष्ट्रसंघाच्या कार्यालय संकुलात पोचले. निर्वासित कार्यालयात गेल्यावर ते मिस मांगेझी यांना भेटायला गेले. सुरुवातीचं औपचारिक बोलणं झाल्यावर ओलाबिसी म्हणाले,

"मिस मांगेझी, गेल्या वर्षीच्या एप्रिलपासून आमच्या घरी सेमिरा किफले ही मूळची एरिट्रियन तरुणी कुकचं काम करत आहे. ती एकेकाळी सुदानमध्ये निर्वासित होती. तिची पार्श्वभूमी अशी आहे की..." ओलाबिसींनी मिस मांगेझींना सेमिराची पार्श्वभूमी आणि सध्याची समस्या यांच्याविषयी सांगितलं. ती ऐकल्यावर त्यांनी संगणकावर काही माहिती टाइप केली. त्यानंतर त्याच्या पडद्यावर दिसणारी काही माहिती वाचली. त्यांच्या संकेतस्थळावर त्यांनी बरीच शोधाशोध केली. ते सारं करून झाल्यावर त्या म्हणाल्या,

"मि. ओसुमान, मला सेमिराची काही माहिती मिळाली आहे. ती २० मार्च, २०१६ या दिवशी अंजामेनातील जनरल हॉस्पिटलमधून गायब झाली. त्या वेळी तिला आमच्या कार्यालयाचं साहाय्य मिळत होतं. तिला २० सप्टेंबर, २०१५ या दिवशी मुलगी झाली होती; पण सेमिरास मनोविकार जडल्यामुळे तिच्या मुलीला अंजामेनातील एका दाम्पत्याकडे सांभाळण्यासाठी ठेवण्यात आलेलं आहे. सेमिराचा आमच्या कोणत्याही शाखेत शोध लागला तर अंजामेना येथील कार्यालयास कळवावं, अशी आम्हाला विनंती करण्यात आलेली आहे."

"असं? तिच्या अंजामेनातील नोंदींचा शोध लागला हे छान झालं. बरं, आता तिच्या मुलीला इकडे आणण्यासाठी काय करावं लागेल?" ओलाबिसींनी विचारलं.

"त्यात बऱ्याच गुंतागुंती आहेत. आपण प्रयत्न करून पाहू. तुम्ही सेमिराला इकडे पाठवा. आम्हाला तिची नावनोंदणी करावी लागेल. तसेच, तिच्याकडून मुलीला इकडे आणण्यासाठी रीतसर विनंतीवजा अर्ज भरून घ्यावा लागेल. त्याची प्रत आम्ही आंतरराष्ट्रीय रेड क्रॉसला पाठवू; कारण विभक्त झालेल्या कुटुंबांच्या सदस्यांना एकत्र आणण्यासाठी प्रवासाचे सोपस्कार, प्रवासाचं नियोजन, पासपोर्ट नसल्याने आंतरराष्ट्रीय प्रवास परवाना हे सारं त्यांच्या मार्फत केलं जातं. शिवाय सेमिराच्या मुलीसाठी त्यांना नायजेरियाचा व्हिसा मिळवावा लागेल. हे सारं काम त्यांचा 'रिस्टोअरिंग फॅमिली लिंक्स' विभाग करत असतो. आमच्यात आणि त्यांच्यात

या बाबतीत खूप समन्वय असतो.''

''ठीक आहे, आपण तिच्या मुलीला इकडे आणण्याची प्रक्रिया सुरू करू. मी तिला आपल्याला भेटायला केव्हा पाठवू?'' ओलाबिसींनी विचारलं.

''सांगते हं,'' असं म्हणून मिस मांगेझींनी संगणकावरील आपल्या डायरीतील नोंदी पाहिल्या व त्या म्हणाल्या,

''उद्या सकाळी दहा वाजता पाठवू शकाल?''

''हो, माझी पत्नी ज्युडिथ तिला घेऊन येईल. मी तुमचा खूप आभारी आहे. तुमची खूप मदत होतेय, मिस मांगेझी.''

''मी फार काही केलं नाही, आम्ही अशा केसेसमध्ये नेहमी जे करतो, तेच केलं आहे.''

दुसऱ्या दिवशी ज्युडिथ सेमिराला घेऊन मिस मांगेझी यांच्याकडे गेल्या. त्यांनी सेमिराला बरेच प्रश्न विचारले, तिच्या उत्तराच्या नोंदी केल्या, तिच्याकडून मुलीला नायजेरियाला आणण्यासाठी विनंतीवजा अर्ज भरून घेतला. तिला नायजेरियात निर्वासित दर्जा देण्यात काही अडचणी आहेत, असंही त्या म्हणाल्या. मिस मांगेझींनी ज्युडिथ यांचा फोन नंबर नोंद करून घेतला. त्यांनी रेमा बुस्तानी यांना एक संदेश पाठवून सेमिराशी संपर्क झाल्याबद्दल व तिच्या विनंतीबद्दल त्यांना कळवले. त्या दोघी एकमेकींना ओळखत होत्या. काही प्रशिक्षण कार्यक्रम आणि विभागीय समन्वयासाठी आयोजित केलेल्या बैठकांदरम्यान त्यांची भेट झालेली. दुसऱ्या दिवशी रेमांनी मुत्सा मांगेझीना फोन केला.

''मुत्सा, कशी आहेस तू?''

''मी उत्तम आहे रेमा, तुझं कसं काय चाललं आहे?''

''ठीक चाललंय. हल्ली दार्फुरी निर्वासितांना छादमधून परत मायदेशी पाठवायची प्रक्रिया सुरू आहे. त्याचं काम थोडं वाढलं आहे.''

''हो, बरोबर आहे. बरं, सेमिरा किफलेची केस तू हाताळली आहेस. तुला तिच्या विनंतीबद्दल समजलं असेलच.''

''हो, तुझ्या ई-मेलवरून खुलासा झाला. बिचारीचा शोध लागला हे फार छान झालं. तिनं खूप अन्याय सहन केला आहे. बरं, मी इथल्या आंतरराष्ट्रीय रेड क्रॉसशी संपर्क साधते. त्यांना सेमिराची माहिती देते. त्यांच्याकडून अंजामीला, सेमिराच्या मुलीला, तिकडे पाठवायच्या प्रस्तावाचं काय होतंय हे मी तुला कळवेन; पण त्यापूर्वी मला एका गोष्टीची खात्री करून घ्यायची आहे.''

''कोणत्या, रेमा?''

''सेमिराचा मनोविकार पूर्णपणे बरा झाला असल्याची खात्री करायला हवी. ती इकडे असताना तिची परिस्थिती फार वाईट होती.''

"असं? काय करूया त्यासाठी?"

"अबुजात आपलं जे पुरस्कृत हॉस्पिटल आहे, त्यांचा दाखला घेतला तर बरं होईल."

"ठीक आहे, मी तिला सांगते की आमच्या कार्यालयाने सांगितलेल्या हॉस्पिटलमध्ये तुझी तपासणी करून घ्यावी लागेल. त्यांनी तू मानसिक आणि शारीरिकदृष्ट्या मुलीची काळजी घेण्यास समर्थ आहेस असा दाखला दिला तरच आम्ही मुलीला इकडे आणायची प्रक्रिया सुरू करू शकतो."

"ठीक. मला कळव काय होतं ते. बरं, दुसरी एक गोष्ट आहे. सेमिराचा भाऊ तिच्या शोधात अंजामेनाला आला होता. तो स्पेनमध्ये राहतोय. त्याने सेमिराचा शोध लागल्यावर कळवावं, अशी मला विनंती केली आहे; पण मला वाटतं सेमिराला इतक्यात त्याच्याबद्दल सांगायला नको. त्याची लगेच भेट होऊ शकणार नाही म्हणून तिचा अपेक्षाभंग होईल आणि कदाचित तिच्या मनावर त्याचा विपरीत परिणाम होईल. आधी मुलीचा प्रश्न सोडवू आणि मग भावाशी तिचा संपर्क साधून देऊ. माझ्या माहितीच्या नैरोबीत एक मानसोपचारतज्ज्ञ डॉक्टर आहेत, त्यांचंही म्हणणं तेच पडलं. तिचा भाऊ ज्यांना ज्यांना इकडे भेटला होता, त्यांना त्यांना मी त्याचा विषय तिच्याजवळ तिची कधी भेट होण्याचा प्रसंग आला तर काढू नका अशी विनंती करेन."

"ठीक आहे, रेमा."

नंतर त्यांच्या इतर थोड्या गप्पा झाल्या. त्याच दिवशी मुत्सा मांगेझीनी ज्युडिथना फोन केला.

"ज्युडिथ, मी मुत्सा मांगेझी बोलतेय...हो, मी ठीक आहे...मी तुम्हाला एवढ्यासाठी फोन केला की सेमिराच्या मुलीला इकडे आणण्याची प्रक्रिया सुरू करण्यापूर्वी तिची आमच्या कार्यालयाने पुरस्कृत केलेल्या हॉस्पिटलमधून शारीरिक आणि मानसिक तपासणी करून घेणं जरुरीचं आहे...हो सांगते, केलिना हॉस्पिटल...हो, त्यांचा दाखला मिळाल्यावर मला लगेच त्याची एक प्रत द्या. मी पुढे काय करायचं हे पाहून घेईन..हो, नक्कीच. तुम्ही निश्चिंत राहा, मी स्वतः लक्ष घालून हे प्रकरण हाताळत आहे..."

ज्युडिथनी त्याच दिवशी केलिना हॉस्पिटलला फोन केला व सेमिराच्या तपासणीसाठी वेळ निश्चित करून घेतली. ते अबुजामधील एक प्रसिद्ध खासगी मल्टिस्पेशॅलिटी हॉस्पिटल होतं. सेमिराची संपूर्ण तपासणी होण्यास चार दिवस लागले. हॉस्पिटलच्या मनोविकारतज्ज्ञांना निर्वासित कार्यालयाने सेमिराची पार्श्वभूमी आणि तिला पूर्वी डिसोसिएटिव्ह ॲम्नेसिया झाला होता, हे कळवलं होतं. त्यांनी सेमिराला बारकाईने तपासलं व अनेक प्रश्न विचारले. त्या सर्वांना तिने सुसंगत उत्तरं दिली. डॉक्टरांनी

सेमिराचा डिसोसिएटिव्ह ॲम्नेसिया पूर्णपणे बरा झाला असल्याचा निर्वाळा दिला. हॉस्पिटलच्या फिजिशियननी सेमिराची शारीरिक स्थिती उत्तम असल्याचा दाखला दिला. सर्व दाखले आणि तपासणीचे रिपोर्ट हॉस्पिटलतर्फे परस्पर निर्वासित कार्यालयाकडे पाठवण्यात आले. ते मुत्सा मांगेझींना मिळाल्यानंतर त्यांनी रेमा बुस्तानी यांच्याशी संपर्क साधला आणि त्याच वेळी ज्युडिथना कळवले, की सेमिराच्या तपासणीत कसलाही दोष आढळून आला नसून, आम्ही अंजामीला अबुजास आणण्याची प्रक्रिया सुरू केली आहे. हे समजताच ज्युडिथ, ओलाबिसी आणि सेमिरा यांना आनंद झाला.

त्यानंतर चार दिवसांनी मिस मांगेझींचा ज्युडिथना पुन्हा फोन आला. त्या म्हणाल्या,

"ज्युडिथ, मला माझ्या अंजामेनातील सहकारी रेमा यांनी सुचवलं आहे की सेमिराने त्यांच्याशी स्काईपवर बोलावं. नंतर त्या कारुग्वे दाम्पत्याला विनंती करून स्काईपवर सेमिराला अंजामी दाखवतील. सेमिरा अंजामीस पाहण्यास खूप उत्सुक असेल. जोपर्यंत त्या एकत्र येऊ शकत नाहीत, तोपर्यंत त्यांना अधूनमधून स्काईप कॉल करू द्यावा असं त्यांना वाटतं."

"फारच छान, मी माझं स्काईप नाव तुम्हाला ई-मेलने लगेच पाठवते."

दुसऱ्या दिवशी रेमा आणि सेमिरा स्काईपवर बोलल्या. सेमिराला रेमांना पाहून खूप आनंद झाला. त्यांनी सेमिराचं कुशल विचारलं. नंतर त्या तिला म्हणाल्या,

"सेमिरा, आम्ही अंजामीला तुझ्याकडे पाठवायच्या प्रयत्नात आहोत; पण तुला थोडा धीर धरायला हवा."

"रेमादीदी, मी आता जवळजवळ दोन वर्षं तिच्यापासून दूर राहिले आहे, अजून काही दिवस नक्कीच राहीन."

"ठीक आहे. उद्या तू अंजामीला स्काईपवर पाहू शकशील. मी सेलिनला त्याबद्दल फोन करून सांगते. उद्या दुपारी चारची वेळ ठरवू. चालेल ना?"

"नक्की चालेल, रेमादीदी."

त्यांचा फोन झाल्यावर सेमिराने ज्युडिथना स्काईपवर अंजामी पाहायला मिळणार आहे, हे सांगितलं. ते ऐकल्यावर त्यांना देखील आनंद झाला.

दुसऱ्या दिवशी बरोबर चार वाजता सेलिन यांचा स्काईप कॉल आला. सुरुवातीस ज्युडिथ आणि त्या थोडं बोलल्या. नंतर सेलिन आणि सेमिरा बोलल्या. सेलिननी अंजामीला स्काईपवर आणलं. तिला पाहताच सेमिराला रडू आलं. तिला निळा, फुलाफुलांचं डिझाइन असलेला फ्रॉक घातला होता. आपल्या मोठ्या डोळ्यांनी अंजामी सेमिराकडे कुतुहलाने पाहत होती. चांगली गुटगुटीत दिसत होती. काहीतरी बोलायचा प्रयत्न करत होती. सेमिराला काय करू नि काय नको असं झालं. सेलिन म्हणाल्या,

“सेमिरा, तू अंजामीची चिंता करू नकोस. आम्ही तिला फुलासारखं जपत आहोत. ती खूप खेळकर आहे. मी तिला रोज संध्याकाळी बागेत फिरायला घेऊन जात असते. तिथे इतर मुलामुलींना पाहिलं की तिला खूप आनंद होतो. तिथून घरी यायला नाखूश असते.”

“तुमचे किती आभार मानू? ज्या वेळी तुम्ही तिला सांभाळायला घेतलं तेव्हा माझी परिस्थिती खूप वाईट होती. आता मी ठीक झाले आहे. अंजामीच्या आठवणीने कधी कधी माझा जीव व्याकूळ होतो.”

“हो, सेमिरा. मला रेमांनी सांगितलं की अंजामीला तुझ्याकडे पाठवायचा प्रयत्न सुरू आहे. तसं झालं तर छानच होईल; पण आम्हा दोघांना आमचा ठेवा हिरावून घेतल्यासारखं होईल. तू तिची जन्मदाती आई आहेस, तुझाच तिच्यावर हक्क आहे. आमची तुला एकच विनंती आहे, की तू कुठेही असलीस तरी तिला अधूनमधून आमच्या भेटीसाठी घेऊन येत जा किंवा आम्ही तुझ्याकडे येत जाऊ.”

“नक्कीच. तुम्ही तिच्या आईची जागा घेतली, तुमचादेखील तिच्यावर हक्क आहे.”

“ठीक आहे, आपण अधूनमधून बोलत राहू. तुलादेखील अंजामीला पाहता येईल. मी ज्युडिथना ई-मेल करून अंजामीचे वेळोवेळी घेतलेले फोटो पाठवते. आत्तापर्यंत तू तिला वाढताना पाहिलं नाहीस, निदान तुला फोटो तरी पाहता येतील.”

“फारच छान. मी ज्युडिथताईंना तुमच्याशी बोलायला सांगते, एक मिनिट थांबा.”

ज्युडिथनी सेलिनना आपला ई-मेल पत्ता सांगितला. त्या दोघी थोडा वेळ बोलल्या.

२३

ओलाबिसींनी अबुजामधील निर्वासित कार्यालयाशी संपर्क साधून तीन आठवडे झाले होते. जूनच्या सहा तारखेस मुत्सा मांगेझी यांचा त्यांना फोन आला. त्या म्हणाल्या,

"मिस्टर ओसुमान, सेमिराच्या मुलीला इकडे आणण्यात काही तांत्रिक अडचणी उद्भवल्या आहेत. तिला नायजेरियन व्हिसा असल्याशिवाय इकडे आणता येणार नाही. त्यासाठी आम्ही अर्ज केला होता; पण तो नाकारण्यात आला. तिच्या आई-वडिलांनी व्हिसाच्या अर्जावर सही करणं आवश्यक आहे. वडील बेपत्ता आहेत असं जरी म्हटलं, तरी आईची सही लागेल. सेमिरा नायजेरियात रीतसर मार्गाने आलेली नाही. तसं पाहिलं तर इथे ती अनधिकृत स्थलांतरित आहे. तिला निर्वासित दर्जा देण्यात अडचणी आहेत. ती इथे अनधिकृत स्थलांतरित आहे असं अर्जात म्हटलं तर तिला नायजेरिया सोडून जायचे आदेश दिले जातील."

"अरेरे, अंजामीला इकडे आणण्यात बऱ्याच गुंतागुंती आहेत असं दिसतंय. तुम्ही काय सुचवता?"

"मुलीला इकडे आणणं शक्य नाही. सेमिराला छादला जाता येईल. त्यासाठी रेड क्रॉस तात्पुरता प्रवास परवाना देऊ शकतात. ती अनधिकृत मार्गाने देशात आली; पण आता तिला कायमचा देश सोडून जायचं आहे असं म्हटलं तर इमिग्रेशनचे अधिकारी आक्षेप घेऊ शकत नाहीत."

"ठीक आहे, मिस मांगेझी, आम्ही सेमिराला विचारून पाहतो."

त्या दिवशी संध्याकाळी ओलाबिसींनी ज्युडिथना मिस मांगेझी यांच्याबरोबर झालेल्या संभाषणाबद्दल सांगितलं. ते ऐकून त्या हवालदिल झाल्या.

"बिचारी मुलीच्या भेटीला किती आतुरली आहे! तिला या अशा अडचणी उद्भवल्या आहेत हे समजल्यावर खूप दुःख होणार. तिची समजूत काढणं अशक्य

आहे; पण तिच्या या साऱ्या समस्यांवर काहीतरी कायमचा उपाय शोधायला हवा.''

''त्यासाठी तिला नायजेरिया सोडून जावं लागेल.'' ओलाबिसी म्हणाले.

''तिला जायचं असेल तर जाऊ दे. आपण तिला अडवणारे कोण? तिच्या भल्यासाठी जर तसं करावं लागलं तर मला वाईट वाटणार नाही. माणुसकीच्या दृष्टिकोनातून विचार केला तर ते योग्य होईल. आपली गैरसोय होईल, हा भाग वेगळा. आपण पाहू दुसरं कोणीतरी.'' ज्युडिथ म्हणाल्या.

''ठीक आहे. उद्या तिच्याशी बोल.''

ज्युडिथनी जेव्हा सेमिराला त्याबद्दल सांगितलं, तेव्हा ती रडू लागली. तिची समजूत काढता काढता ज्युडिथच्या नाकी नऊ आले. अंजामीला इकडे आणता येणार नाही यावर सेमिराचा विश्वासच बसेना. तिने ती आल्यावर काय काय करायचं याचे खूप मनसुबे रचले होते. सेमिराचा दुःखावेग थोडा ओसरल्यावर ज्युडिथ तिला म्हणाल्या,

''सेमिरा, एक लक्षात घे, जगातील कोणताही कायदा किंवा नियम आईला आपल्या दोन वर्षांच्या मुलीपासून तोडू शकत नाही. तू आणि अंजामी एकत्र येण्यासाठी जे जे करावं लागेल ते ते करायला आम्ही तयार आहोत. फक्त प्रश्न असा आहे की ते कोणत्या देशात शक्य होईल.''

''हा तुमच्या मनाचा मोठेपणा आहे, ताई. मी तर खूपच गोंधळून गेले आहे. मला वाटतं मी रेमादीदींशी या बाबतीत बोलते. त्या काय सुचवतात पाहू.''

''ठीक आहे, मी त्यांना स्काईप कॉल करते.''

ज्युडिथनी आपला लॅपटॉप सुरू केला. त्यांनी सुरुवातीस रेमांना संदेश पाठवून त्या किती वाजता मोकळ्या असतील हे विचारलं. त्यांनी दुपारी तीन वाजता आपण बोलू, असं ज्युडिथना कळवलं. ठरल्याप्रमाणे फोन जोडला गेल्यावर सुरुवातीस ज्युडिथ एक मिनिट त्यांच्याशी बोलल्या. नंतर सेमिरा आणि रेमा बोलू लागल्या. सेमिराने बोलायला सुरू केल्यावर तिला रडू फुटलं. ती शांत झाल्यावर रेमा म्हणल्या,

''सेमिरा, तू वाईट वाटून घेऊ नकोस. आपण काहीतरी मार्ग काढू.''

''मला अंजामी हवी आहे. त्यासाठी मी कसलाही त्याग करायला तयार आहे.''

''हे पाहा सेमिरा, तुम्ही दोघी नायजेरियात एकत्र येऊ शकणार नाही. इतर पर्याय असे आहेत, की तुला कायमचं सुदान किंवा एरिट्रियाला जावं लागेल. त्यापैकी एरिट्रियाचा आपण विचार करू शकत नाही; कारण तिथल्या कायद्यांनुसार तू बेकायदेशीर मार्गाने देश सोडून गेल्याबद्दल आणि राष्ट्रीय सेवा न केल्याबद्दल तुला शिक्षा होऊ शकते. राहिलं सुदान. तिथे तुला निर्वासित दर्जा आहे. तू जर त्याला राजी असशील तर आमचं कार्यालय आणि रेड क्रॉस यांच्या मदतीने तुला

तिकडे पाठवता येईल; पण मी असं सुचवेन, की तू प्रथम अंजामेनाला यावं आणि इथून तू आणि अंजामीने सुदानला जावं; कारण अंजामीच्या सुदानी व्हिसाचा प्रश्न उद्भवेल.''

''ठीक आहे, रेमादीदी. तोच एक पर्याय असेल तर मी त्याला तयार आहे. हे सर्व पुरं होण्यासाठी किती वेळ लागेल?''

''मला पाहावं लागेल. मी आमच्या अबुजातील कार्यालयाशी संपर्क साधते. तुला मिस मांगेझी काही कागदपत्रांवर सह्या करायला बोलवतील. त्या तिथल्या रेड क्रॉसशीदेखील संपर्क साधतील. माझ्या मते एक महिना तरी लागेल.''

''ठीक आहे.''

ज्युडिथनी त्यांचें संभाषण ऐकलं होतं. त्यामुळे सेमिराचा निर्णय त्यांना समजला होता.

''सेमिरा, तुझा निर्णय अतिशय योग्य आहे. तू इथून जाताना आम्हाला वाईट वाटणार यात शंका नाही; पण शेवटी तुझ्या भवितव्याचा आणि भल्याचा विचार केला पाहिजे.''

ज्युडिथनी ओलाबिसींना सेमिराचा निर्णय सांगितला. तो त्यांना अपेक्षितच होता. ते म्हणाले,

''परिस्थितीमुळे ताटातूट झालेली आई आणि जेमतेम दोन वर्षांची मुलगी एकत्र येणं आवश्यक आहे. बरं, मी उद्या काही कामासाठी परराष्ट्र मंत्रालयात जाणार आहे. मि. गितांगाना सेमिराबाबत काही करता येईल का विचारतो. पाहू काय म्हणतात.''

''आता काय पर्याय राहिला आहे?''

''काही झालं तरी ते परराष्ट्र सचिव आहेत. खूप अनुभवी आहेत. विचारायला काय हरकत आहे?''

''ठीक आहे, पाहा विचारून; पण सेमिरा आता जाणार अशी मी मनाची तयारी केली आहे.''

दुसऱ्या दिवशी संध्याकाळी ओलाबिसींनी जेवण झाल्यावर सेमिराला आणि ज्युडिथना बैठकीच्या खोलीत बोलावलं. त्या दुपारी त्यांनी परराष्ट्र सचिवांची भेट घेतलेली. त्यांनी ओलाबिसींना काही सल्ला दिला होता. ओलाबिसी म्हणाले,

''सेमिरा, तू आता तुझ्या मुलीकडे आणि नंतर सुदानला जाणार हे तर नक्की आहे. त्यात कोणीही विघ्न आणू शकत नाही; पण समज, जर तू सुदानला गेलीस आणि तुला पुन्हा आमच्याकडे कामासाठी यायची इच्छा असेल तर तुला आणि तुझ्या मुलीला मी रीतसर मार्गाने नायजेरियाचा व्हिसा घेऊन आणण्याची व्यवस्था करू शकतो. तुझं आणि तुझ्या मुलीचं विमानाचं तिकीट आम्ही तुला पाठवू. हे सर्व निर्वासित कार्यालयाच्या संमतीने केलं जाईल. तू आमच्याकडे राहू शकतेस, पुढे

मुलीला इथे बालवाडी आणि नंतर शाळेत घालू शकतेस. अर्थात हा तुझ्या मर्जीचा प्रश्न आहे. मी फक्त तुला एवढंच सांगू इच्छितो की तुला सुदानला गेल्यावर जर आधाराची आणि आसऱ्याची गरज भासली तर आमच्या घराचं दार तुझ्यासाठी केव्हाही उघडं आहे, हे लक्षात ठेव.''

हे ऐकताच सेमिरा गहिवरली. तिचे डोळे पाणावले. ते पुसत ती म्हणाली,

''साहेब, तुम्ही आणि ताईंनी मला इतका आधार दिलात की विचारू नका. मी तुमचं काम सोडून चालले तरी तुम्ही मला मदत करू इच्छिता. किती मोठ्या मनाचे आहात तुम्ही दोघं! तुम्ही नसता तर माझं नायजेरियात काय झालं असतं कोण जाणे! ख्रिससारख्या दुसऱ्या कोणी माझा गैरफायदादेखील घेतला असता. माझ्या उद्ध्वस्त झालेल्या आयुष्याला तुम्ही काहीशी दिशा दिलीत. अजूनही मला पुढे अंधार दिसतोय; पण त्या अंधारात तुम्ही मला आधाराच्या आशेचा एक किरण दाखवला आहे.''

''तू खूप सहन केलं आहेस. आणि तू आमच्यासाठी एक वर्षापासून जास्त काळ मनापासून काम केलंस; मला वेगवेगळ्या पाककृती शिकवल्यास; आम्ही दोघं, ब्रिजिट, तिची मुलं, मरिना यांच्याशी तू घरच्याप्रमाणे वागलीस आणि त्यांची देखभाल केलीस याचा आम्हाला कधीच विसर पडणार नाही. तुझा स्वभाव मनमिळाऊ आहे, तू चटकन नव्या लोकांशी जमवून घेतेस, आणि कामात कधीही कुचराई करत नाहीस. मला माहीत आहे, कधी धुण्या-भांड्यांसाठी सिबिल आली नाही तर तू स्वतः होऊन मला म्हणायचीस की ताई, ही कामं मी करून टाकते. आणि कसलीही तक्रार न करता ती तू करायचीस.''

''तुम्ही मला घरचीच करून घेतलं ना, म्हणून इथून जाणं माझ्या जिवावर आलं आहे.''

''असू दे, तिकडे दुसरा एक जीव तुझ्यासाठी आतुरलेला आहे! त्याच्याकडे जा आणि मातृत्वाच्या आनंदाचा उपभोग घे. दुर्दैवाने सुरुवातीला तुला तसं करता आलं नाही, तर आता त्याची भरपाई करून घे.'' ज्युडिथ म्हणाल्या.

जुलैच्या दहा तारखेस सेमिराने अबुजाहून अंजामेनास जायचे ठरले. मुत्सा मांगेझी, सेमिरा आणि ज्युडिथ यांच्या संपर्कात होत्या. सेमिराच्या प्रवासासाठी आवश्यक सर्व कागदपत्रे तयार झाली. तिला रेड क्रॉसने तात्पुरता प्रवास परवाना दिला. प्रवासाचा दिवस उजाडला. सेमिराची आस्की एअरलाइन्सची फ्लाइट दुपारी तीन वाजून वीस मिनिटांनी सुटणार होती. ती फक्त दीड तासात अंजामेनास पोचणार होती. तिला निरोप देण्यासाठी ज्युडिथ, ओलाबिसी, सिबिल आणि मुत्सा मांगेझी विमानतळावर गेले होते. एका बाजूला आपल्या जिव्हाळ्याच्या लोकांना सोडून जायचं दुःख तर दुसऱ्या बाजूला मुलीच्या भेटीची ओढ आणि उत्कंठा, अशा संमिश्र

भावनांनी सेमिराच्या मनात काहूर उठवलं होतं.

"तुझ्या सध्याच्या समस्या मिटल्यावर अंजामीला घेऊन आमच्याकडे काही दिवस राहायला ये. घर तुझंच आहे असं समज."

"नक्की येईन, ताई," सेमिरा डोळे पुसत म्हणाली.

"मी सांगितलेलं लक्षात असू दे." ओलाबिसी म्हणाले.

"हो, साहेब."

सेमिराचा तो पहिलाच विमान प्रवास होता म्हणून मिस मांगेझीनी विमान कंपनीला सेमिरास प्रवासाचे सोपस्कार पार पाडण्यासाठी मदत मिळावी, अशी विनंती केली होती. विमान कंपनीचा एक कर्मचारी सेमिराला घेऊन जाण्यासाठी आला. मिस मांगेझीनी सारी कागदपत्रे त्याच्याकडे दिली. अश्रुपूर्ण डोळ्यांनी सेमिराने सर्वांचा निरोप घेतला.

२४

अंजामेनाच्या विमानतळावर रेमा सेमिराच्या स्वागतासाठी स्वतः गेल्या होत्या. कारुग्वे दाम्पत्य देखील अंजामीला घेऊन विमानतळावर गेले होते. सेमिराला अंजामीला पाहताच रडू कोसळलं. सेलिननी तिला सेमिराकडे दिलं; पण दोन-तीन मिनिटांतच ती रडू लागली. तिला सेमिराची सवय नसल्याने ती पुन्हा सेलिनने आपल्याला घ्यावं म्हणून हात पुढे करू लागली.

"हळूहळू तुझी सवय होईल. चल, बाहेर आमच्या ऑफिसची गाडी आहे. तुझ्यासाठी आम्ही हॉटेलमध्ये खोली घेतली आहे. तुला आता निवारा केंद्रात राहायची गरज नाही. बरं, आपल्याला काही सोपस्कार पार पाडायचे आहेत. आपण ते हॉटेलवर जाऊन पार पाडू." रेमा म्हणाल्या.

"सेलिन, तुम्ही अंजामीला अगदी आईप्रमाणे सांभाळलं आहे. तुमच्यापासून तिला हिरावून घ्यायला मन धजत नाही; पण माझा नाईलाज आहे."

"आम्हाला त्याची कल्पना आहे. आम्ही दोघांनी मन घट्ट केलं आहे."

"रेमादीदी, तुमच्या अबुजातील सहकारी मुत्सा तुमच्यासारख्याच प्रेमळ आहेत. तुम्ही दोघींनी मला किती मदत केली!"

"अगं, ते आमचं कामच आहे. आमचं ऑफिस अशा समस्या जगाच्या वेगवेगळ्या भागात हाताळत असतं. त्यासाठीच तर आमची स्थापना केली गेली."

"हो; पण तुम्ही तुमचं काम एक कर्तव्य म्हणून पार पाडत नाही. तुम्ही माझ्यासारखीच्या समस्या जिव्हाळ्याने हाताळत असता, हे महत्त्वाचं."

"तू आणि अंजामी एकत्र आलात ही खूप समाधानाची गोष्ट आहे." रेमा म्हणाल्या. सेमिरा म्हणाली,

"सेलिन, तुम्ही आणि साहेब जसे मला इथे भेटलात, तसे अबुजात ओसुमान दाम्पत्य मला भेटलं. त्यांनी मला खूप आधार दिला."

"अगं, तूदेखील सुस्वभावी आहेस, खूप सोसलं आहेस आणि अजून तुझ्या समस्या पूर्णपणे मिटलेल्या नाहीत. आमच्यासारख्यांनी तुला मदत करणं माणुसकीला धरून आहे." सेलिन म्हणाल्या.

गाडी हॉटेलवर पोचली. रेमांनी आपल्या ब्रीफकेसमधून एक फाइल काढली. त्यात अंजामीला सेमिराकडे सुपूर्त केल्याबाबत कागदपत्रे होती. त्यांच्यावर रेमांनी सेमिरा आणि कारुग्वे पती-पत्नींच्या सह्या घेतल्या. आता कायदेशीररीत्या अंजामीचा ताबा सेमिरास मिळाला. रेमा आणि कारुग्वे पती-पत्नी सेमिराचा निरोप घेऊन निघाले. सेलिनला अंजामीचा निरोप घेताना अश्रू आवरता आले नाहीत. रेमांनी सेमिराला काही पैसे दिले. त्या म्हणाल्या,

"उद्या सकाळी वफा तुला भेटायला येणार आहे. तुम्ही दोघी ऑफिसकडे या. तुझ्या पुढच्या प्रवासासंबंधात अजून काही सोपस्कार पार पाडायचे आहेत."

"ठीक आहे, रेमादीदी."

दुसऱ्या दिवशी वफा सेमिराला भेटायला गेली. वफाला पाहताच सेमिराने तिला मिठी मारली. एकमेकींचं कुशल विचारून झालं. त्या हॉटेलच्या लॉबीत बोलत बसल्या. वफाने अंजामीला आपल्याकडे घेतलं.

"हिला घेऊन जाण्यासाठी अंजामेनाला आल्याचा एक फायदा झाला. तुझी, रेमादीदी आणि कारुग्वे पती-पत्नींची त्या निमित्ताने भेट झाली. मला सुहेल आणि बेनाफसीर यांनादेखील भेटायचं आहे. आज संध्याकाळी त्यांच्याकडे जाईन. इथून मला उद्या निघायचं आहे, असं रेमादीदी म्हणत होत्या. मी सुहेलला भेटायला त्याच्या घरीच जाईन. त्याच्या दुकानासमोर चुकूनही तो दुष्ट दिसायला नको."

"कोण, ख्रिस?"

"नाहीतर कोण?"

"आता तो तुला दिसण्याची शक्यता नाही."

"का बरं? त्यानं तस्करी बंद केली की काय?"

"नाही. त्याच्या घरावर आणि लोकांना ठेवायच्या इमारतींवर छापा पडला. बऱ्याच देशांतून पोलीस अधिकारी आले होते. ख्रिस आणि त्याच्या साऱ्या सहकाऱ्यांना अटक केली आणि त्यांच्यावर लिबियात खटला चालला. ख्रिस लिबियातील तुरुंगात आहे. त्याला वीस वर्षांची सक्तमजुरी झाली आहे. 'अल विहदा' पेपरमध्ये मोठी बातमी आली होती."

"खरंच? शेवटी त्या बदमाशाला शिक्षा झाली म्हणायची! अंजामेनात त्याचं तोंड दिसणार नाही, ही समाधानाची गोष्ट आहे. त्याच्या घरावर केव्हा छापा पडला?"

"गेल्या वर्षीच्या ऑक्टोबरमध्ये."

वफाने रेमांना संध्याकाळी सेमिरा सुहेलला भेटणार आहे, असं सांगितलं. रेमांच्या सांगण्यावरून वफाने त्यालाही आरोनचा विषय सेमिराजवळ काढू नको, अशी विनंती केली होती. त्या दिवशी संध्याकाळी सेमिरा, सुहेल आणि बेनाफसीरला भेटायला गेली. त्यांच्यासाठी तिने बाजारातून फळं घेतली होती. त्यांनी तिला आग्रहाने जेवायला ठेवून घेतलं. सुहेलने देखील ख्रिसच्या घरांवरील छाप्यांचं रसभरीत वर्णन सेमिराला ऐकवले. बेनाफसीरने अंजामीला घेतलं होतं.

"किती गोड आहे ही, मला देऊन टाक," ती हसत हसत म्हणाली.

"दिली असती गं; पण मला तरी हिच्याशिवाय कोण आहे? आई-वडील गेले आणि भावाचा पत्ता नाही." हे ऐकताच सुहेल म्हणाला,

"मी आहे ना! हे बघ, तुला कधी काही मदत लागली तर सरळ आमच्याकडे ये. आपण तुला इथे नोकरी पाहू."

"मला सुदानला जावं लागेल असं रेमादीदी म्हणाल्या. तिथे मला निर्वासित दर्जा आहे. तिथलं सरकार एरिट्रियातून आलेल्यांना मदत करत असतं. आमच्या देशातले खूप लोक राहतात तिकडे. त्यांच्या मदतीने माझं बस्तान बसवेन कसं तरी. जिथे मी पूर्वी काम करायची तो निहाल आदिवारदेखील मला पुन्हा कामावर ठेवून घेईल. माझ्या आयुष्याची परवड थांबणार नाही इतक्यात. युरोपला जायची स्वप्नं बाळगली; पण त्या दुष्ट माणसाने ती धुळीला मिळवली."

"जाऊ दे, त्याचं नाव नको काढूस. जिथे त्याची लायकी आहे तिथे बसला असेल पश्चात्ताप करत." सुहेल म्हणाला.

१२ जुलै. सेमिराचा अंजामेनातून खार्तूमला जायचा दिवस उजाडला. अंजामेनाहून खार्तूमला थेट विमानसेवा नसल्याने सेमिराला इथिओपियन एअरलाइन्सने अंजामेना ते आदिस अबाबा व तेथून खार्तूमला जावं लागेल, असं सांगितलं होतं. त्यामुळे प्रवासाला जास्त वेळ लागेल, असं त्या म्हणाल्या होत्या. सेमिराचं विमान दुपारी सव्वा दोन वाजता सुटणार होतं. रेमा साडेअकरा वाजता हॉटेलवर येते, असं म्हणाल्या होत्या. त्या दिवशी सकाळपासून सेमिरा उत्तेजित झाली होती. एका बाजूला एका देशातून दुसऱ्या देशात स्थलांतर केल्यामुळे उद्‌भवलेल्या समस्या, तर दुसऱ्या बाजूला स्थैर्य मिळण्याची शक्यता आणि मुलीचा सहवास या साऱ्या घटनांमुळे तिचा गोंधळ उडाला होता. आता अंजामी सेमिराकडे रुळली होती; पण मधूनच सेलिनची आठवण काढून रडायची.

दहा वाजता सेमिरा तयार झाली. तिने आधीच अंजामीला तयार केलं होतं. सामान तयार ठेवलं होतं. सामान असं फारसं नव्हतंच. ओसुमान दाम्पत्याकडे राहायला गेल्यावर त्यांनी काही कपडे तिच्यासाठी घेतले होते, ते आणि तिच्या पुढच्या वापरासाठी काही नवीन घेऊन दिले होते, तेवढेच. ज्युडिथनी सेमिरासाठी

एक नवी सुटकेस खरेदी केली होती. कारुग्वे दाम्पत्याने अंजामीसाठी काही कपडे दिले होते. प्रवासादरम्यान पॅम्पर्सची गरज भासेल म्हणून ते देखील त्यांनी दिले होते. सव्वादहा वाजता हॉटेलच्या खोलीतील फोन वाजू लागला. सेमिराने तो पटकन घेतला.

"हॅलो? कोण बोलतंय?"

"मी रेमा. सेमिरा, आज तुला सुदानला जायचं नाही. त्याचं कारण काय याचा मला प्रत्यक्ष तुझ्याकडे येऊन खुलासा करावा लागेल. मी आता कामात आहे, फार बोलू शकत नाही. मी दोन-तीन तासांनी तुझ्याकडे येईन." असं म्हणून त्यांनी फोन ठेवला.

ते ऐकताच सेमिराचे धाबे दणाणले. आता आपण छादमध्ये अडकून पडतोय की काय या विचाराने तिला रडू कोसळलं. बिचारी अंजामी तिच्याकडे पाहून गांगरली आणि ती देखील रडू लागली. सेमिराच्या मनात विचार आला, की अंजामीला सरळ कारुग्वे दाम्पत्याकडे सोपवावं आणि आपण आत्महत्या करावी! पण जेव्हा तिने अंजामीच्या निरागस चेहऱ्याकडे पाहिलं तेव्हा तिने तो विचार मनातून झटकून टाकला. सुदानच्या सरकारने आपल्या परतण्यावर का आक्षेप घेतला असेल याचा ती विचार करू लागली; पण काही केल्या तिला त्या प्रश्नाची उकल होईना.

सेमिराने बाराच्या सुमारास अंजामीला मक्याची उगाली खाऊ घातली. तिच्यासाठी मागवलेली उगाली आणि खिमा शिल्लक होता; पण तिला खायची इच्छा नव्हती. एक वाजता सेमिराच्या हॉटेलमधील खोलीची बेल वाजली. दारात रेमा आणि चाळिशीचा एक युरोपियन माणूस होता.

"सेमिरा, हा दिएगो साल्मेरॉन."

"हॅलो दिएगो," असं म्हणून सेमिराने त्याच्याशी हस्तांदोलन केलं.

रेमा आणि दिएगो बसले. सेमिराला रेमांकडे पाहिल्यावर आश्चर्य वाटलं की त्यांना ती छादमधून सुदानला जाऊ शकणार नाही, याचं अजिबात दुःख झालेलं नाही. उलट त्यांच्या चेहऱ्यावर समाधानाची छटा दिसत होती.

"रेमादीदी, माझं काय होणार आता?" असं म्हणून सेमिरा रडू लागली.

"सेमिरा, रडू नकोस. मी तुला सांगते. सारं काही सांगते."

"आता मी इथेच अडकून पडणार हेच सांगणार आहात ना?"

"नाही सेमिरा, तुला आज रात्री साडेअकरा वाजता केनिया एअरवेजने नैरोबीमार्गे माद्रिडला जायचं आहे. आमच्या कार्यालयातर्फे तुझं स्पेनमध्ये पुनर्वसन करण्यात आलं आहे."

हे ऐकताच सेमिरा आपल्या जागेवरून उठली आणि रेमांच्या जवळ जाऊन म्हणाली,

''रेमादीदी, खरंच सांगताय? मी आणि अंजामी, आम्ही दोघी तिकडे कायमच्या जाणार?''

''हो, सेमिरा, तुला या साऱ्या प्रकरणाची पार्श्वभूमी सांगते. तू जेव्हा पहिल्यांदा सुदानमध्ये निर्वासित म्हणून नावनोंदणी केलीस तेव्हा नेहमीच्या प्रथेप्रमाणे आमच्या तिथल्या ऑफिसने तुझी परदेशात पुनर्वसन व्हावं ही विनंती नोंद करून घेतली. तू इकडे आल्यावर आणि नंतर अबुजाला गेल्यावर मी तुझ्या विनंतीचा पाठपुरावा केला. दिएगो इथल्या स्पॅनिश वकिलातीत काम करतो. त्याचा व माझा बऱ्याच दिवसांचा परिचय आहे. त्याला मी म्हणाले, की तुझं आणि अंजामीचं स्पेनमध्ये पुनर्वसन करता आलं तर फार छान होईल. त्याने अनौपचारिकपणे खूप मदत केली. तुझं आणि अंजामीचं पुनर्वसन स्पेनला होणार हे नक्की झाल्याचं मला गेल्या महिन्यात कळलं; पण तुला त्याबद्दल सांगून तुझ्या अपेक्षा उंचावायच्या नव्हत्या; कारण शेवटच्या क्षणी काहीतरी अडचण उद्‌भवू शकते. तुम्हा दोघींचा स्पेनचा व्हिसा काल मंजूर झाला. तुम्हा दोघींचे प्रवासपरवाने आणि इतर सर्व कागदपत्रं तयार झाली आहेत. आता तुला तिकडे जाण्यात कोणताही अडसर उरला नाही.''

''मिस्टर दिएगो, तुमचे आभार कसे मानू? तुमची ओळख ना पाळख. तुम्ही मला मदत केली आणि त्यामुळे माझं स्पेनला पुनर्वसन होणार यावर माझा विश्वास बसत नाही. रेमादीदी, तुम्ही देखील इतक्या...'' असं म्हणून सेमिरा रडू लागली.

''सेमिरा, रडू नकोस, तुझ्या भल्यासाठी काय करता येईल याचा मी नेहमी विचार करत असे. तो करत असता एका पार्टीत दिएगो भेटला. तशी मी त्याला गेली तीन वर्षं चांगली ओळखते; पण त्या दिवशी मला उगाचच वाटलं की त्याची तुझ्या पुनर्वसनासाठी काही मदत होऊ शकेल का, हे अजमावावं. त्याला मी तुझी कहाणी सांगितली. त्यावर तो म्हणाला, की मी प्रयत्न करून पाहतो. आणि त्याच्या प्रयत्नांना यश आलं.'' रेमा म्हणाल्या. त्यावर दिएगो म्हणाला,

''रेमाने जेव्हा मला तुमच्या समस्येबद्दल सांगितलं तेव्हा माझं मन हेलावून गेलं. तुम्हाला पाहिलं नसलं तरी तुमच्या बाबतीत काहीतरी करावंसं वाटलं. आमच्या देशात निर्वासितांना स्वीकारतात. कधी कधी त्यासाठी वेळ लागतो; पण मी तुमची केस 'स्पेशल' आहे असं आमच्या मंत्रालयाला कळवलं. तिथे माझे बरेच सहकारी आणि मित्र आहेत. त्यांच्या मदतीने तुमच्या पुनर्वसनाचं काम झालं.''

''माड्रिडमध्ये आमचं ऑफिस नाही; पण स्पेनच्या समाजकल्याण खात्याचा प्रतिनिधी विमानतळावर तुझ्या स्वागतासाठी येणार आहे. तो तुला पुढे काय काय करावं लागेल याचं मार्गदर्शन करेल. गेल्या गेल्या तुला एका स्थानिक कुटुंबात राहावं लागेल. चार-पाच दिवसांनंतर तुझी स्वतंत्र सोय करण्यात येणार आहे. आम्ही समाजकल्याण खात्यातील अधिकाऱ्यांशी तुझ्या पुनर्वसनाबाबत सखोल चर्चा केली

आहे.'' रेमा म्हणाल्या.

सेमिराला अंजामेना ते नैरोबी, तेथून ॲमस्टरडॅम व तेथे पुन्हा विमान बदलून माड्रिडला जायचं होतं. अंजामेनाच्या विमानतळावर रेमा, वफा, कारुग्वे दाम्पत्य, सुहेल आणि बेनाफसीर, सेमिरा आणि अंजामीला निरोप देण्यासाठी गेले होते. अश्रुपूर्ण नयनांनी सेमिराने त्या सर्वांचा निरोप घेतला.

विमानप्रवासादरम्यान अंजामीने सेमिराला फारसा त्रास दिला नाही. संपूर्ण प्रवासात एअरहोस्टेसेसनी सेमिराला खूप मदत केली. सारख्या काही हवं-नको ते पाहत होत्या. विमानात अंजामी झोपी गेल्यावर सेमिरा अलीकडील घटनांचा विचार करत बसायची. 'आपण युरोपला जायचं स्वप्न केव्हाच विसरून गेलो होतो. ख्रिसने विश्वासघात केल्याच्या धक्क्यातून सावरायला आपल्याला खूप वेळ लागला. नंतर आयुष्यात आपलं एकमेव ध्येय सुदानमध्ये एखादी साधी नोकरी पाहून अंजामीच्या सहवासात, तिला वाढवत राहायचं, एवढंच होतं; पण रेमादीदींनी आपल्या प्रयत्नांची पराकाष्ठा करून आपलं स्पेनमध्ये पुनर्वसन केलं. आता आपल्या आयुष्याला दिशा मिळाली; पण एक खंत अजूनही मनात सलतेय. आरोन कुठे आणि कसा असेल? तो लिबिया किंवा इथिओपियामध्ये खिचपत पडला असेल की त्याला युरोपला जाण्यात यश मिळालं असेल? की स्थलांतर करताना तो पकडला गेला असेल? तसं झालं असलं तर त्याला एरिट्रियातील तुरुंगात टाकून त्याचा छळ तर करत नसतील? काहीच समजायला मार्ग नाही. जोपर्यंत त्याचा ठावठिकाणा समजत नाही, तोपर्यंत माझ्या मनातील ती खंत तशीच राहील.'

ॲमस्टरडॅमवरून सकाळी नऊ वाजून तीस मिनिटांनी सुटलेलं विमान बारा वाजून पाच मिनिटांनी माड्रिडच्या बाराजास ॲडोल्फो सुआरेझ विमानतळावर पोचलं. रेमांनी सेमिरा आणि अंजामी यांची तिकिटं घेतानाच विमान कंपनीस त्यांच्या कर्मचाऱ्याने सेमिरास विमानतळावरील जातानाचे आणि पोचल्यानंतरचे सर्व सोपस्कार पार पाडण्यासाठी मदत करावी, हे आधीच सांगितलं होतं. त्यामुळे विमान माड्रिडला पोचल्यावर एक मुलगी सेमिराच्या मदतीला आली. त्या फ्लाइटचे सामान यायच्या बेल्टजवळ समाजकल्याण खात्याचा प्रतिनिधी हातात 'सेमिरा किफले' असं लिहिलेला कागद घेऊन उभा होता. त्याला पाहिल्यावर सेमिराने त्याला खुणावलं. तो पुढे येऊन म्हणाला,

''वेलकम मिस किफले. मी लेनार्ट, इथल्या समाजकल्याण खात्यात काम करतो. तुमचा प्रवास ठीक झाला?''

''झाला म्हणायचं. खूप मोठा होता. तुम्ही मला न्यायला आलात याबद्दल धन्यवाद.'' सेमिरा म्हणाली.

''तुमची मुलगी कशी आहे? विमानात तिने फार त्रास दिला नाही ना?''

"मुळीच नाही. बराच वेळ झोपी गेली होती."

विमान कंपनीची मुलगी लेनार्टला म्हणाली,

"मला वाटलं तुम्ही अरायव्हल लाउंजमध्ये भेटाल."

"माझ्याकडे हा सरकारी पास आहे ना, म्हणून इथपर्यंत येऊ शकलो," असं म्हणून त्याने आपल्या गळ्यात लटकवलेला समाजकल्याण खात्याचा पास तिला दाखवला.

"बरं, तुमच्याकडे यांची सारी कागदपत्रं देऊ?" तिने विचारलं.

"हो, दे," असं म्हणून लेनार्टने ती घेतली. नंतर ती मुलगी निघून गेली. लेनार्ट सेमिराला म्हणाला,

"बरं, तुमची बॅग या बेल्टवर आल्यावर सांगा. हां, तुम्हाला एक गोष्ट सांगायची आहे. तिकडे अरायव्हल लाउंजमध्ये तुमच्यासाठी एक दाम्पत्य वाट पाहत आहे. तुम्हाला त्यांच्याबरोबर चार-पाच दिवस राहायचं आहे. तुमची बॅग मिळाल्यावर आपण कस्टमचे सोपस्कार पार पाडून तिकडे जाऊ. त्यांच्याकडे तुम्हाला आणि तुमच्या मुलीला सोपवून मी जाईन."

"ठीक आहे. रेमा बुस्तानी मला म्हणाल्या होत्या, की सुरुवातीस मला एका कुटुंबात राहावं लागेल." सेमिरा म्हणाली.

"तुम्ही तिथे चार-पाच दिवस राहिल्यानंतर मी तुम्हाला न्यायला येईन आणि जिथे तुमची राहायची व्यवस्था केली आहे तिकडे घेऊन जाईन. सुरुवातीला तुम्हाला तीन महिन्यांचा स्पॅनिश भाषेचा एक कोर्स करावा लागेल. तो येत्या १ ऑगस्ट पासून सुरू होईल. तो पुरा झाल्यानंतर आम्ही तुमच्यासाठी एखाद्या रेस्टॉरंटमध्ये कुकची नोकरी पाहू. ती मिळण्यात काही अडचण येणार नाही. जोपर्यंत नोकरी मिळत नाही, तोपर्यंत तुम्हाला भत्ता दिला जाईल. आम्ही तुमच्या मुलीसाठी पाळणाघर पाहून ठेवलं आहे."

"फारच छान! पण मला एक समजत नाही, की मला सरळ जिथे मी राहणार आहे तिकडेच घेऊन जाण्याऐवजी चार-पाच दिवसांसाठी एका दाम्पत्याबरोबर राहायची सोय का केली गेली?"

"तुम्हाला परक्या देशात आल्या आल्या एकटेपणा जाणवू नये म्हणून तशी सोय करावी, असा आम्हाला रेमा बुस्तानी यांचा संदेश आला होता. त्यासाठी त्यांनी एक दाम्पत्यदेखील सुचवलं. मी त्यांना भेटलो आहे."

ते दाम्पत्य म्हणजे आरोन आणि त्याची पत्नी दिन्हा असणार आहेत, हे मात्र रेमांनी स्पेनमध्ये गेल्या गेल्या सेमिराला आश्चर्याचा एक सुखद धक्का मिळावा, यासाठी सांगितलं नव्हतं! सेमिरा आणि अंजामीचं स्पेनमध्ये पुनर्वसन करायचं नक्की झाल्यापासून त्या आरोनच्या संपर्कात होत्या.

२५

“दिएगो, किती नाट्यमय कहाणी आहे ही! मला आधी वाटलं की सेमिराची ही शोकान्तिकाच असावी; पण तुझ्या प्रयत्नाने ती सुखांतिका ठरली. खरंच, तू जर तिच्या मदतीला धावून गेला नसतास तर तिच्या आयुष्याची परवड तशीच चालू राहिली असती.” मी म्हणालो.

“उमेश, मी फारसं काही केलं नाही. फक्त आमच्या मंत्रालयातल्या माझ्या काही मित्रांना विनंती केली. त्यांनीदेखील तिचं प्रकरण खूप सहानुभूतीपूर्वक हाताळलं. रेमांनी जेव्हा मला सांगितलं, की सेमिराच्या भावाचं स्पेनमध्ये पुनर्वसन करण्यात आलेलं आहे व तो माड्रिडमध्ये राहतो, तेव्हा मी माझ्या मंत्रालयातील मित्रांना तिच्या पुनर्वसनासाठी जास्तीत जास्त प्रयत्न करायची विनंती केली. सुदैवाने त्यांना त्यात यश मिळालं; पण या साऱ्या प्रकरणाने माझ्या बाबतीत एक महत्त्वाची गोष्ट घडली.” दिएगो म्हणाला.

“असं? ती कोणती बरं?”

“मला ‘आंतरराष्ट्रीय स्थलांतर’ या विषयात रस उत्पन्न झाला. जेव्हा माझी अंजामेनामधील नेमणुकीची मुदत संपत आली, आणि मला पुन्हा माड्रिडला मंत्रालयात काम करावं लागणार आहे हे समजलं, तेव्हा मी माझ्या वरिष्ठांना विनंती केली, की मी मंत्रालयातल्या स्थलांतर विभागात काम करू इच्छितो. गेली काही वर्षं आमच्या मंत्रालयात तो विभाग आहे. माझी विनंती मान्य करण्यात आली. हल्ली मी या विषयावर खूप वाचन करत असतो. त्याचं अधिक ज्ञान मिळवण्याच्या उद्देशानेच या प्रशिक्षणासाठी आलो आहे.”

“फारच छान. स्थलांतरितांच्या समस्या सोडविण्यासाठी तुझ्यासारख्या मानवतावादी दृष्टिकोन असलेल्यांची आज गरज आहे.”

“बरं, तुला पुढे सांगायचं म्हणजे मी अधूनमधून सेमिराला भेटत असतो. तिचं

स्पेनला पुनर्वसन झाल्यानंतर महिनाभरातच माझी तिकडे बदली झाली होती. तिचा स्पॅनिशचा अभ्यासक्रम संपत आल्यानंतर लगेचच तिच्या नोकरीचं पक्कं झालं. आपल्या भावाची भेट झाल्यापासून तिचा आनंद गगनात मावत नाही. मी त्याला देखील भेटलो. म्हणजे त्याचं असं झालं, की तिचा भाऊ आरोन आणि त्याची पत्नी दिन्हा यांनी मला एकदा त्यांच्या घरी जेवायला बोलावलं. दर रविवारी सेमिरा आणि अंजामी त्यांच्याकडे लंचला जात असतात. दिन्हाचे आई-वडील देखील खूप समंजस आहेत. तीन आठवड्यांपूर्वी, एका रविवारी त्या सर्वांनी मला आणि माझी बायको स्टेफीला आग्रहाने जेवायला यायचं आमंत्रण दिलं. रविवार असल्याने आम्ही मोकळेच होतो. आम्ही त्यांचं आमंत्रण स्वीकारलं. त्यांच्याकडे गेल्यावर आमच्या गप्पा सुरू झाल्या. बोलता बोलता सेमिरा म्हणाली, ''मी माझ्या हरवलेल्या भावाचा कित्येक वर्षं शोध घेत होते. मला माझा भाऊ आरोन तर मिळालाच; पण त्याचबरोबर दिएगोच्या रूपाने अजून एक भाऊ मिळाला!'' उमेश, हे ऐकताच माझं मन हेलावून गेलं. त्यावर काय बोलावं मला समजेना. अन्याय, अत्याचार, हालअपेष्टा, मानसिक आघात आणि पराकोटीचं नैराश्य आणि भ्रमनिरास अनुभवलेल्या या निरागस मुलीने मला आपला भाऊ मानावं हा माझा सन्मान होता.''

''खरं आहे, दिएगो. आरोनप्रमाणे तिला तुझादेखील आधार आहे.''

''सेमिराच्या विवंचना मिटण्यासाठी एक व्यक्ती खूप झटली. ती म्हणजे रेमा बुस्तानी! केवळ तिच्यामुळे आज सेमिराच्या आयुष्याला दिशा मिळाली आहे.''

''खरं आहे, दिएगो. सेमिराच्या आयुष्यात जसे ख्रिससारखे बदमाश आले, तसेच तू, रेमा, अंजामेनामधील वफा, सुहेल आणि कारुग्वे दाम्पत्य, अबुजाचे ओसुमान दाम्पत्य या साऱ्या प्रेमळ आणि सहृदय व्यक्तीदेखील आल्या आणि केवळ त्यामुळेच अंधाराच्या खाईत गेलेल्या सेमिराला प्रकाश दिसला आणि तिचं आयुष्य उजळून निघालं!'' मी म्हणालो.

''खरं आहे. चल उमेश, खूप वेळ झालाय. उद्या सकाळी ९ वाजता प्रशिक्षणाच्या सांगता समारंभाला आपल्याला हजर राहायचं आहे. हॉटेलकडे जाऊ. आज सेमिराची कहाणी संपवायचीच म्हणून आपण खूप वेळ बोलत बसलो.''

''हो, चल,'' असं म्हणून मी उठलो. रात्रीचे साडे अकरा वाजले होते. गेले तीन तास आम्ही समुद्रकिनाऱ्यावरील 'ला तेग्लिया' या बारमध्ये वाइन घेत बोलत बसलो होतो. तिथून हॉटेल फार दूर नव्हतं. दहा मिनिटांत आम्ही तिथे पोचलो.

दुसऱ्या दिवशी सकाळी प्रशिक्षणाची सांगता झाली. मी दुपारच्या रेल्वेने व्हेनिसला जाणार होतो. दोन आठवडे पुढे राहून मी व्हेनिस, फ्लोरेन्स, पिसा आणि रोम पाहून सुदानला परतणार होतो. जाण्यापूर्वी दिएगोचा आणि इतर सहाध्यायांचा, तसंच आमच्या प्रशिक्षकांचा निरोप घेतला. दिएगो दुसऱ्या दिवशी माड्रिडला जाणार

होता. तो मला स्टेशनवर सोडायला आला होता. माझी रेल्वे येत असलेली पाहून म्हणाला,

"उमेश, आपण ई-मेल, व्हॉट्स ॲप आणि फोनवर एकमेकांच्या संपर्कात राहू. युरोपला काही कारणाने आलास तर स्पेनला जरूर ये. मी तुला सेमिराकडे घेऊन जाईन आणि तिची ओळख करून देईन."

"तसं झालं तर मला खूप आनंद होईल. बरं, मी पुढच्या वर्षी मार्चमध्ये कायमचा भारतात जाणार आहे. तू अजून भारत पाहिला नाहीस. तू व स्टेफी भारत भेटीवर या आणि माझ्याकडे काही दिवस राहा. मुंबईजवळ पुणे या शहरात माझं घर आहे."

"नक्की येईन; पण केव्हा हे आत्ताच सांगू शकत नाही!"

"ठीक आहे, चल, गुड बाय," असं म्हणून दिएगोला आलिंगन देऊन त्याचा निरोप घेतला व माझ्या कोचमध्ये चढलो.

सुदानला परतल्यानंतर माझा दिनक्रम पूर्वीप्रमाणे सुरू झाला. त्यानंतर ठरल्याप्रमाणे चार-पाच महिन्यांनी, म्हणजे मार्च २०१८ अखेरीस, आंतरराष्ट्रीय रेड क्रॉसच्या सेवेतून निवृत्त झालो आणि भारतात परतलो. पूर्वीच पुण्यात मी घर घेऊन ठेवलं होतंच. तिथे स्थिरस्थावर झाल्यानंतर वाचन, थोडंफार लिखाण आणि व्हिजिटिंग प्रोफेसर म्हणून पुण्याच्याच सिम्बायोसिस आंतरराष्ट्रीय विद्यापीठात व दिल्लीच्या नॅशनल लॉ युनिव्हर्सिटीत अधूनमधून जाऊ लागलो. तसंच काही आंतरराष्ट्रीय संघटनांच्या दिल्लीतल्या विभागीय कार्यालयांसाठी सल्लागार म्हणूनही काही काम पाहू लागलो. निवृत्त होण्यापूर्वी पूर्ण वेळ काम करताना जेवढा मग्न असायचो त्यापेक्षा अधिकच मग्न राहू लागलो. तरीही माझा आणि दिएगोचा सातत्याने संपर्क होत असायचा. जूनच्या दहा तारखेस त्याची एक ई-मेल आली व मला आश्चर्याचा एक सुखद धक्का बसला. त्याने लिहिलं होतं,

> 'प्रिय उमेश,
>
> तू कसा आहेस? माझं ठीक चाललं आहे. तुला आज मुद्दाम एक आनंदाची बातमी कळविण्यासाठी ही मेल लिहीत आहे. जुलैच्या पाच तारखेस सेमिरा विवाहबद्ध होत आहे! तिच्या स्पॅनिश भाषेच्या अभ्यासक्रमादरम्यान तिचा सत्तावीस वर्षांचा प्रशिक्षक आलेयान्द्रो हेरेरा तिच्या प्रेमात पडला असं दिसतं! अभ्यासक्रम संपल्यानंतर ते दोघे भेटत राहिले. पूर्ण विचारांती त्यांनी विवाहबद्ध व्हायचं ठरवलं. तो निर्णय घेण्यापूर्वी सेमिराने त्याबद्दल मला आणि आरोनला विश्वासात घेऊन सारं सांगितलं होतं. आम्ही दोघे आलेयान्द्रोला दोन-तीन वेळा भेटलो. आम्हा

दोघांना तो आवडला. तो खूपच सुस्वभावी, समंजस आणि प्रसन्न व्यक्तिमत्त्वाचा आहे. सेमिराने त्याला तिची संपूर्ण पार्श्वभूमी सांगितली आहे. ती ऐकल्यानंतर त्याने सेमिरा आणि अंजामीचा आनंदाने स्वीकार करायचं ठरवलं. त्याचे आई-वडील स्पेनच्या उत्तरेला बिल्बाओ येथे राहतात. आलेयान्द्रोचा काराब्लान्चेल या माद्रिडच्या उपनगरात स्वतःचा फ्लॅट आहे. सध्या तो तिथे एकटाच राहत आहे. विवाहानंतर सेमिरा आणि अंजामीला स्पॅनिश कायद्यानुसार स्पेनचं नागरिकत्व मिळू शकतं. सध्या त्यांच्याकडे फक्त तीन वर्षांचा स्पेनचा निवासी व्हिसा आहे. त्याची मुदत संपल्यानंतर तो वाढवावा लागला असता.

सेमिराच्या विवाहाचा कार्यक्रम पार पाडायची आणि त्याच्या खर्चाची जबाबदारी मी माझ्याकडे घेतली आहे. आरोन ती स्वतःकडे घेऊ इच्छित होता; पण मी त्याचं मन वळवलं. विवाह समारंभ येथील ऑर्थोडॉक्स चर्चमध्ये होईल. त्याच दिवशी संध्याकाळी एका हॉटेलमध्ये मी स्वागत समारंभ आयोजित केला आहे. त्यास जवळजवळ दीडशे लोक उपस्थित राहण्याची शक्यता आहे. ते सारे माझे, आलेयान्द्रोचे, सेमिराचे, दिन्हाचे आणि आरोनचे परिचित आणि सहकारी आहेत. शिवाय माझे आणि आलेयान्द्रोचे काही निवडक नातेवाईकही स्वागत समारंभात सहभागी होतील. जेव्हा मी ही बातमी रेमा बुस्तानींना कळवली, तेव्हा त्यांना खूप आनंद झाला. त्या विवाह सोहळ्यास उपस्थित राहण्याचा प्रयत्न करणार आहेत. पोर्तुगालहून सेमिराची मैत्रीण योहाना आणि तिचा पती देसालेन त्यास उपस्थित राहण्यासाठी माद्रिडला येणार आहेत. मला माहीत आहे की तुला केवळ त्या कार्यक्रमासाठी इकडे येणं जमणार नाही; पण फक्त तुझ्या माहितीसाठी या मेलसोबत विवाहाच्या निमंत्रणाचा मसुदा जोडला आहे.

माझ्यामते आता खऱ्या अर्थाने सेमिराच्या आयुष्याला दिशा मिळेल. तिचं स्पेनमध्ये पुनर्वसन झालं; पण जोपर्यंत तिला समजून घेणारा एखादा योग्य साथीदार मिळत नव्हता तोपर्यंत ते पुनर्वसन अधुरं राहिलं होतं. विवाहसोहळा पार पडल्यानंतर तुला त्याचा सविस्तर वृत्तान्त कळवेन.

तुझा मित्र,
दिएगो

प्रिय....

कळविण्यास आनंद होत आहे की माझी मानलेली बहीण सेमिरा किफले ५ जुलै, २०१८ या दिवशी मिस्टर आलेयान्द्रो हेरेरा यांच्याशी विवाहबद्ध होत आहे. विवाहाचा कार्यक्रम त्या दिवशी सकाळी ११ वाजता सेंट देमेत्रियस ऑर्थोडॉक्स चर्च (साल द निकारागुआ १२, माड्रिड २८०१६) येथे सुरू होईल. त्याच दिवशी संध्याकाळी ७ ते रात्री १० दरम्यान आयोजित केलेल्या स्वागत समारंभास आपण उपस्थित राहावे, ही विनंती. स्वागत समारंभ हॉटेल सार्डिनेरो, प्लाझा आलोन्सो मार्टिनेझ ३, शाम्बेरी, माड्रिड २८००४ येथे संपन्न होईल.

आपला नम्र,
दिएगो साल्मेरॉन
आर.एस.व्ही.पी. फोन : + ३४-९१-२६०३५६

***